అమ్మకం ఒక కళ

అమ్మకం వృత్తిలో వున్న ప్రతి విక్రేతా తప్పక తెలుసుకోవలసిన విషయాలు

THE ART OF SELLING

NOW IN TELUGU

జిగ్ జిగ్లర్

జైకో పబ్లిషింగ్ హౌస్
అహమ్మదాబాద్ బెంగుళూర్ చెన్నై
ఢిల్లీ హైదరాబాద్ కోల్‌కత్తా ముంబై

అంకితం

ఇతరులకు ప్రయోజనం చేకూర్చే వస్తువులనూ ఉత్పత్తులనూ విక్రయించే లేక సేవలను అందించే అమ్మకం వృత్తిలోని ఔత్సాహిక, గౌరవనీయ విక్రేతలందరికీ.

Published by Jaico Publishing House
A-2 Jash Chambers, 7-A Sir Phirozshah Mehta Road
Fort, Mumbai - 400 001
jaicopub@jaicobooks.com
www.jaicobooks.com

This is a Licensed Work.
Published under license from
Thomas Nelson, Inc.
501 Nelson Place
P.O. Box 141000, Nashville
TN 37214-1000

THE ART OF SELLING
అమ్మకం ఒక కళ
ISBN 978-81-8495-593-4

తెలుగు అనువాదం : ఎ. వి. జనార్దనరావు

First Jaico Impression: 2014
Sixth Jaico Impression: 2024

Printed by
Trinity Academy For Corporate Training Limited, Mumbai

విషయ సూచిక

ఈ పుస్తకం మీ కోసమేనా?

బరువులు వేరువేరుగా వున్న ఒకే పదార్థపు రెండు వస్తువులను పైనుంచి క్రిందికి పడవేసినప్పుడు ఆ రెండింటిలో ఎక్కువ బరువుఉన్న వస్తువు త్వరగా క్రిందపడుతుందని అనేక సంవత్సరాల క్రితం అరిస్టాటిల్‌చెప్పాడు. దీనిని పిసా విశ్వవిద్యాలయంలో సంవత్సరాల పర్యంతం బోధించారు. చాలా సంవత్సరాల తర్వాత ఇది నిజం కాదని గలీలియో అన్నాడు. తన అభిప్రాయాన్ని విద్యార్థులు సవాలు చేసినప్పుడు గలీలియో పిసాలోని వాలు గోపురం శిఖరాగ్రం వరకు ఎక్కి ఒకే పదార్థంతో సిద్ధం చేసిన, వేరు వేరు బరువులు వున్న రెండు వస్తువులను నాటకీయంగా క్రిందకి పడవేశాడు. ఆ రెండు వస్తువులు ఖచ్చితంగా ఒకే సమయంలో క్రింద నేల మీద పడ్డాయి. గలీలియో తన వాదాన్ని నిరూపించినప్పటికీ పిసా విశ్వవిద్యాలయంలో బరువుగా ఉన్న వస్తువు తేలికైన వస్తువుకన్న ముందుగా వేగంగా పైనుంచి కింద పడతాయని అలాగే బోధిస్తున్నారు. ఇలా ఎందుకు జరుగుతున్నది? గలీలియో తాను చెబుతున్నది నిజమేనని విద్యార్థులను నమ్మించగలిగాడు కాని వారిని ఒప్పించలేకపోయాడు.

విక్రయ ప్రపంచంలో వినిపించే ప్రశ్న ఏమిటంటే– మీరు ఎలా ఒప్పింపచేస్తారు? సమాధానం : మీరు చెప్పడం ద్వారా ఒప్పింపచేయకుండా అడగడం ద్వారా ఒప్పింపచేస్తారు. సమాధానాల కోసం చెప్పేది వినడానికి ప్రాధాన్యం ఇచ్చి ప్రశ్నలు అడగడానికి సంబంధించిన అంశాలను “ద ఆర్ట్ ఆఫ్ లివింగ్” గ్రంథంలో ఎక్కువగా చర్చించడం జరిగింది. పుస్తకంలో అధికభాగం ఈ అంశాలకే కేటాయించడమైనది. మీలో బైబిల్ చదివే వారికి

ఒప్పింపచేయడంలో క్రీస్తు చాలా శక్తి సమన్వితుడన్న వాస్తవం తెలుసు. (మీరు విశ్వసిస్తున్నా, విశ్వసించకపోయినా చాలామంది ప్రజలు ఈ యదార్థాన్ని గౌరవిస్తారు.) మంచి పుస్తక విక్రయశాలకు వెళ్ళి, ఎరుపు అక్షరాలతో వున్న బైబిల్ ప్రతిని కొనుగోలు చేసి చదవమని నేను మిమ్ములను ప్రోత్సహిస్తున్నాను. (ఎందుచేతనంటే క్రీస్తు మాటలను ఎరుపురంగులో ముద్రిస్తారు) ప్రజలు క్రీస్తును ఏవైనా ప్రశ్న అడిగినప్పుడు ఆయన ప్రశ్న వేయడంతో కానీ లేక నీతికథ చెప్పడం ద్వారా కానీ స్పందించిన విషయాన్ని తెలుసుకొని మీరు ఆశ్చర్యపోతారు. కాగా ఈ రెండూ కూడా ఒప్పింపజేయడానికి వినియోగించుకొనే సాధనాలే.

కెనడాలోని విన్నిపెగ్ వాస్తవ్యుడు, యహూదీయుడైన ఒక వ్యక్తి నాకు గత 37 సంవత్సరాలుగా చాలా మంచి మిత్రుడు. (నిజం చెప్పాలంటే నాకు ఆయన సోదరుని కన్నా మిన్న) నేను ఆయనలోని ఈ ప్రశ్నించే స్వభావాన్ని గమనించాను . ఒకసారి నేను ఆయనను, "మీరు ఎప్పుడూ ఒక ప్రశ్నకు, ప్రశ్నతో జోడించిన సమాధానం చెబుతుంటారెందుకని" అడిగాను. ఆయన చిరునవ్వు నవ్వుతూ, 'అవును, ఎందుకు చెప్పకూడదూ?' అన్నారు. సరైన ప్రశ్న అడిగి, సమాధానం వినడం వల్ల ఏర్పడే సంబంధం గొప్పగా పెంపొందుతుంది. ఇది సమ్మతింపజేసే ప్రక్రియలో ముఖ్యమైనది.

'విక్రయకళ'లోని రెండో ప్రధాన సందేశం విక్రయ వృత్తి నిర్మాణంలో నిజాయితీ ప్రాముఖ్యం. మీరు నిజాయితీతో సరైన పనులు చేస్తారు. అందువల్ల ఎలాంటి తప్పులు జరగవు. మీరు నిజాయితీ పరులైతే మీరు భయపడవలసిన పరిస్థితే రాదు. ఎందుచేతనంటే మీరు దాచి పెట్టేదేమీ వుండదు. మీలో భయం, తప్పిదం లేనప్పుడు, భగవంతుడు మిమ్ములను మనిషిగా ఏ విధంగా వుండమని సృష్టించాడో అలాంటి మానవుడిగానే మనుగడ సాగించే స్వేచ్ఛ మీకు వుంటుంది. దీనిని నేను ఎందుకు చెబుతున్నానంటే, మనం సమ్మతింప జేయడం కోసం శిక్షణ పొందాము. నిజాయితీ లేని విక్రేత తాను అమ్మే వస్తువులు కొనుగోలుదారుకు అవసరమైనవి, వారు కావాలనుకుంటున్నవి కాక

పోయినప్పటికీ వాటి ప్రయోజనాలను గురించి అతిగా చెప్పడం, వాటిని వారికి అధిక ధరకు అమ్మడానికి ప్రపతయ్నించడం సంభవం. మీరు అదే కంపెనీలో దీర్ఘకాలంగా పనిచేస్తూ అవే ఉత్పత్తులను ఆ కొనుగోలుదార్లకే విక్రయించే విక్రేతలుగా మనుగడ సాగించడానికి నిజాయితీతో అమ్మకాలు జరపడమే ఏకైకమార్గం. ఈ అనుపమ పరిస్థితిలోనే అమ్మకాలకు స్థిరత్వం ఏర్పడి ఆర్థిక భద్రత చేకూరుతుంది.

"ఎఫ్.సి.బి లెబర్ కట్జ్ పార్టనర్స్" సంస్థ ఉపాధ్యక్షుడు లారెల్ కట్టర్, "విలువలు ప్రవర్తనను నిర్ధారిస్తాయి. ప్రవర్తన కీర్తిని నిర్ధారిస్తుంది. కీర్తి ప్రయోజనాలను నిర్ధారిస్తుంది" అన్నారు. మీరు నిజాయితీపరులుగా కీర్తిని గడించడానికి నేడే శుభారంభం చేయండి. మిమ్ములను నేను సమున్నత శిఖరాగ్ర స్థానంలోనే దర్శించుకోగలుగుతాను!

జిగ్ జిగ్లర్

1

మీరు సరైన ఎంపిక చేసుకున్నారు

మీ జట్టును మీ వైఖరి ఎల్లప్పుడూ 'ప్రభావితం' చేస్తుంది.

'అమ్మకం కళ' పుస్తక పాఠకులకు స్వాగతం. నేను విషయ వివరణను కొంచెం అసాధారణ పద్ధతిలో ప్రారంభించాలనుకుంటున్నాను. విక్రేతగా మీరు మీ వృత్తిని విరమించగలిగినట్లయితే అందుకు మిమ్ములను నన్ను ప్రోత్సహించనివ్వండి. అవును, దీనిని మీరు సరిగ్గా చదవండి. మీరు అమ్మకం పనిని మానివేయగలిగినట్లయితే దానికోసం, మిమ్ములను జిగ్ జిగ్లర్ ప్రోత్సహిస్తున్నాడు. "మీరు మానివేయగలిగి నట్లయితే" అనే ఈ మాటలు విక్రేతగా ఇప్పుడు మీరు ఎదుర్కొనగలిగినవిగా చాలా ముఖ్యమైనవి. మరికొంచెం ధనార్జన చేయడానికి కానీ, లేదా ఇతరులకు సహాయం చేయడం కోసం కానీ అమ్మకాలను చేపట్టేవారు ఈ వృత్తిలో కొద్దికాలం వరకే కొనసాగుతారు. మీ హృదయం, మీ శిరస్సు మరే పనినీ మిమ్ములను చేయనివ్వవు కాబట్టి మీరు విక్రయ వృత్తిలోనికి ప్రవేశించవలసిన అవసరం ఏర్పడుతుంది.

అమ్మకాలు జరుపుతున్నప్పుడు మీకు చేదు అనుభవాలు కలుగుతాయి. మీ

పట్ల ప్రజలు మొరటుగా ప్రవర్తించడం జరుగుతుంది. ఎప్పుడన్నా ఎవరైనా మీ ముఖం మీదే తమ ఇంటి తలుపులను దభేలును మూసి వేయవచ్చు. అకారణంగా ఆగ్రహించవచ్చు. సాంఘిక సమావేశాలలో కొందరు తమను మీరు కలుసుకోకుండా నివారించడానికి ప్రయత్నించవచ్చు. మీ కుటుంబసభ్యులు (మీరు సైతం) మీ చిత్తం స్వస్థతను ప్రశ్నించవచ్చు. హాస్యచతురుడు, వక్త డా. ఛార్లెస్ జార్విస్ పేర్కొన్నట్లు “మీకు పరధ్యానం వుండటం వల్లనే వారు మిమ్ములను కలుసుకోవడానికి బయటికి రాలేదని అనుకోవద్దు!” అవును, విక్రేతగా వృత్తిలో స్థిరపడినవారికి పరధ్యానం, పరాకు సంక్రమించవచ్చు.

మీరు లోనికి ప్రవేశించారా?

నా మంచి మిత్రుడు వాల్టర్ హైలీ ప్రపంచంలోని అత్యంత సఫలీకృతులైన వ్యక్తులలో ఒకరు. ఆయన సాటిలేని అసమాన విక్రేత. (అంటే ఆయన మహామహా మంచివాడు) సాటివారిని విజేతలుగా నిలపడానికి తన జీవితాన్ని అంకితం చేసిన విజేత.

విజేత వాల్టర్‌కి విజయరహస్యాలు కరతలామలకమైనప్పటికీ ఆయన విక్రయ జగత్తులో ప్రారంభదశలో కఠిన పరిస్థితులను ఎదుర్కోవలసి వచ్చింది. ఆయన నిరాశ, నిస్పృహ, ఆందోళనలకు లోనయ్యారు. ముఖం ముందే ఇంటి తలుపులు మూసిన అవమానకర సంఘటనలను భరించాడు. అంతంత మాత్రపు అమ్మకాలు, ఆకలిబాధ, విక్రయ జగత్తులో తన మనుగడ విషయంలో అనిశ్చిత పరిస్థితినీ, ఊగిసలాటనూ ఎదుర్కొంటున్న వ్యక్తికి వుండే అన్ని లక్షణాలతో సతమతమయ్యాడు. నిజానికి వాల్టర్ ఎంత తీవ్రంగా నిరుత్సాహానికీ, నిరాశకూ లోనయ్యాడంటే అతడు తన మేనేజర్ దగ్గరకు వెళ్ళి తాను ఈ వ్యాపారం మానివేస్తున్నట్లు చెప్పాడు కూడానూ. అప్పుడు మేనేజర్ వాల్టర్‌తో, “నవ్వు మానివేయలేవు” అన్నాడు. కాని వాల్టర్ మళ్ళీ మేనేజర్‌తో పెడసరంగా తాను తప్పనిసరిగా తప్పుకుంటానని తేల్చి చెప్పాడు. మేనేజరు, “వాల్టర్ ఈ భీమా

వ్యాపారం నుంచి నువ్వు బయటికి పోలేవు. ఎందుచేతనంటే నిజానికి నువ్వు భీమా వ్యాపారంలోనికి ప్రవేశించనేలేదు” అన్నాడు.

ఈ మాటలు తనకు సామెత చెప్పినట్లుగా టన్ను ఇటుకల దెబ్బపెట్టు అయ్యాయని వాల్టర్ అన్నాడు. తమ మేనేజర్ వక్కాణించిన సత్యవాక్కులపై యోచన చేసినప్పుడు, “నీవు ఎప్పుడూ కూడా లేనే లేనటువంటి దేనిలో నుంచో బయట పడటమనేది ఎలా సంభవిస్తుంది’ అనే విషయాన్ని గ్రహించాడు. ఆయన ఇలాగ తెలుసుకోవడం తన జీవితంలో బహుశః ఇదే ప్రప్రథమం. అమ్మకాలు జరిపే ఏదైనా సంస్థలో చేరేవారు చాలామందే వుంటారు, అయితే విక్రయ వ్యాపారంలోకి ఎంతమాత్రం ప్రవేశించరు. దయచేసి మీరు ఒక విషయాన్ని అర్థం చేసుకోండి. అదేమిటంటే, మీరు చాలా సంవత్సరాలనుంచి ఏదైనా వస్తువునుకానీ, లేక సేవను కానీ లభింపచేస్తున్నప్పటికీ, విక్రమ వృత్తిలో లేకపోవచ్చు.

అమ్మకం వృత్తిపట్ల విముఖత అధికంగా వుండటానికి, ప్రధాన కారణం నిబద్ధత లోపించడం. అదృష్టవశాత్తు ఈ పరిస్థితి మారుతున్నది. నిజమైన అమ్మకం వృత్తిపట్ల ప్రజల్లో గౌరవభావం శీఘ్రంగా పెంపొందుతున్నది.

అమ్మకాల విజయం వైపునకు నా ప్రయాణం

నాకు అమ్మకం వృత్తిపట్లా, విక్రేతలపట్లా ప్రగాఢ ప్రేమాభిమానాలు ఉన్నాయి. మన వృత్తి విలువను నేను మనస్ఫూర్తిగా విశ్వసిస్తున్నాను. విక్రేతగా మరింత రాటుతేలి పురోగమించడానికి పరిజ్ఞానాన్నీ, ప్రావీణ్యాన్ని సముపార్జించడం కోసం పిపాసువుగా ప్రయత్నిస్తున్నాను.

విక్రేతగా నా వృత్తిపని 1947వ సంవత్సరంలో నేను మొదటిసారిగా అధికారికంగా కొనమని అడగడంలో ఆరంభం కాలేదు. నిజానికి ఇది నా బాల్యదశలో నేను మిసిసిపీలోని యాజూ నగర వీధులలో కూరగాయలు అమ్మిననాడే మొదలైంది. నేను పత్రికలు కూడా వేశాను. నేను అమ్మకాన్ని

వృత్తిగా చేపట్టిన ప్రారంభదశలో అనేక సంవత్సరాలపాటు ఒక కిరణా దుకాణంలో పనిచేసే అవకాశం పొందడాన్ని చాలా అదృష్టంగా పరిగణిస్తున్నాను.

నేను దక్షిణ కరోలినా విశ్వవిద్యాలయంలో విద్యార్థిగా వున్నప్పుడు, నా చదువు, పెండ్లి ఖర్చుల కోసం శయనాగారంలో శాండ్‌విచ్‌లు విక్రయించాను. ఆ తర్వాత నేను అమ్మకాలను నేరుగా జరిపే పనిని చేపట్టాను. గృహోపయోగ ఉత్పత్తుల అమ్మకం, భద్రతా పత్రాలు, జీవితభీమా వ్యాపారం వంటివి చేశాను. నేను 1964వ సంవత్సరంలో వ్యక్తిగత వికాసం, సమాజాభివృద్ధి జగత్తులోనికి ప్రవేశించి, అప్పటి నుంచి శిక్షణ, బోధన కార్యక్రమాలు నిర్వహిస్తూ వాటి విక్రయం సాగిస్తున్నాను.

ఈ ప్రయోజనాలు మీ కోసమే!

మీరు ప్రతిరోజూ కార్యక్షేత్రంలోనికి అడుగు పెట్టేముందు ఈ ప్రతిజ్ఞా వాక్యాలను మననం చేసుకోవాలని కోరుతున్నాను: "ఈ రోజు నేను వృత్తిపని నైపుణ్యం కలిగిన విక్రేతగా విజయం సాధిస్తాను. రేపు నా ఈ కార్యనిర్వహణలో మరింత ప్రావీణ్యాన్ని ప్రదర్శించగలగడానికి వీలుగా ఏదైనా నైపుణ్యాన్ని నేడు నేర్చుకుంటాను." మీరు ప్రతిదినం ఈ ప్రతిజ్ఞను జ్ఞప్తికి తెచ్చుకొని ముందంజ వేసినట్లయితే వృత్తిపనిలో నైపుణ్యం కలిగిన విక్రేతగా చాలా ప్రయోజనాలు మీకు చేకూరుతాయి.

స్వతంత్రం

మన వృత్తిలోవున్నవారికి చాలా గొప్ప ప్రయోజనాలు కలుగుతాయన్నది తెలిసిన విషయమే కదా. వాటిలో, మీరే మీకు యాజమాని లేక ఉన్నతాధికారి కావడం ఒకటి. మీరు ఈ వ్యాపారం సామెత చెప్పినట్లుగా మీ కోసం మీరు చేస్తున్నదే కానీ మీ చేత మరొకరు నిర్వహింపజేస్తున్నది కాదు. మీరు ప్రతిరోజూ

ఉదయం అద్దం ముందర నిలబడినప్పుడు మీ ప్రతిబింబాన్ని చూచి, “భేష్ బాగుంది నువ్వు చాలా ఉత్తముడివి, ప్రతిభావంతుడివి, ప్రభావవంతుడివి, కష్టపడి పనిచేసే కార్యదక్షుడివి, వృత్తి పనిలో నేర్పరివి, నువ్వు ఉన్నతిని పొందడానికి అర్హుడవు!” అనుకోండి. బోర్డు సమావేశం జరిగి మీ కార్యనిర్వహణ జరిగిన వెంటనే నీకు పదోన్నతి కలుగుతుంది.

అవకాశాలు

క్లుప్తంగా చెప్పాలంటే, స్వయంగా మీరే మీ పై అధికారి అయ్యే అవకాశం, స్వేచ్ఛా స్వాతంత్ర్యాలు లభించడంతో మీ బాధ్యత అపారంగా పెరుగుతుంది. ఇదే ఈ వృత్తిలోని ఉత్సాహకరమైన పార్శ్వం. స్వాతంత్ర్యాన్నీ , స్వేచ్ఛనూ బాధ్యతాయుతంగా వినియోగించుకున్నప్పుడే అవకాశం ఆవిర్భవిస్తుంది. విక్రయ వృత్తిలో మీకు లభించే అవకాశాలు అపారమైనవి, అసమానమైనవి.

సమస్యా పరిష్కారం

ఔషధం, ఔపచార్యం మినహా మరే ఇతర రంగాల్లోని వారు కూడా సమస్యలను పరిష్కరించడంలో వృత్తి పని నైపుణ్యం కలిగిన విక్రేతగా మీరు వున్నటువంటి సానుకూల పరిస్థితిలో లేరు. సాటి వ్యక్తి సమయాన్నీ, డబ్బునూ వృధాకాకుండా కాపాడటం వల్లా, వారి నిస్పృహనూ, ఆందోళననూ గణనీయంగా తగ్గించగలగడం వల్ల కలిగే వ్యక్తిగత సంతోషాన్నీ, సంతృప్తినీ మించినదేదీ ప్రపంచంలో లేదనవచ్చు. కాగా ఇవి మీకు, మీరు విక్రయించే వస్తువులు, ఉత్పత్తులు, మీరు అందించే సేవల ద్వారా సాధ్యపడుతున్నది.

భద్రత

విక్రయ వృత్తిలోని వారికి అధిక ఆదాయం పొందడానికి అవకాశం హెచ్చుగా వుండటం ఈ రంగానికి వున్న ఒక అద్భుత ఆకర్షణ అని అంగీకరించక

తప్పదు. ఈ వాస్తవాన్ని నేను వెల్లడించకపోతే నిజాయితీ తప్పిన వాణ్ణవుతాను. తమ యోగ్యతనూ, కార్యకలాపాలనూ తక్కువ చేయడం వల్ల అసంతృప్తి చెందిన వారికీ, తమయోగ్యతను సరిగ్గా వెలకట్టలేని ఇతర అసమర్థ వ్యక్తుల ఇష్టాయిష్టాలపై ఆధారపడవలసిన దుస్థితికి లోనవుతూ అలసిపోయినవారికీ డబ్బు, ఎదుగుదల– ఈ రెండూ ఆకర్షణీయమైనవే. అయితే భద్రత అంతర్గత వ్యవహారం. విక్రయాల విషయంలో మీరు సంభవించగల పరిణామాల కోసం నిరీక్షించకూడదు. పరిణామాలు సంభవించేటట్లుగా మీరే చేయగలుగుతారు. వ్యాపారం మందకొడిగా సాగుతున్నప్పుడు మీరు బయటికి వెళ్ళి వ్యాపార ప్రదేశాన్ని ఉద్దీప్తం చేయవచ్చు. కార్యాచరణలోకి తేవచ్చు. మీ జీవితం మీదా, మీ భవిష్యత్తు పైనా మీకే సంపూర్ణ నియంత్రణ వుంటుంది. ఈ అనుపమ పరిస్థితి మీకు, ముఖ్యంగా మీ కుటుంబానికి భద్రతాభావాన్ని కలిగించి ఆనందింపచేస్తుంది.

కుటుంబం

నా సతీమణి 'అరుణకేశపాశి' (రెడ్‌హెడ్) కావాలనుకున్నది. ఈ మేరకు ఒకనాడు నిర్ణయించుకున్నది. అందుచేత నేను ఆమెను గురించి మాట్లాడుతున్నప్పుడు అలాగే పేర్కొంటాను (తనను ఆవిధంగానే పిలవడానికి ఆమే నన్ను ఉత్సాహంతో ప్రోత్సహిస్తుంది) నేను ఆమెతో సంభాషిస్తున్నప్పుడు 'చక్కెర పాపా' (షుగర్‌బేబీ) అని ఆమెను పిలుస్తాను. ఆమె పేరు జీన్.

మాకు వివాహమైనప్పటినుంచి మా పిల్లలు –సుజన్, సిండీ, జూలీ, టామ్‌ల పెంపకం బాధ్యతలు చూసుకుంటూ 'రెడ్‌హెడ్' దశ వరకు సాగిన మా దాంపత్య జీవిత ప్రస్థానంలో నా అమ్మకం వృత్తికి సంబంధించిన ప్రతి విషయంలోనూ ప్రతి ఒక్కరూ సాన్నిహిత్యంతో భాగస్వాములయ్యారు. అమ్మకం వృత్తి ఫలితంగా వచ్చిన కీర్తిప్రతిష్ఠలు,పేరు ప్రఖ్యాతులు, ఉత్సాహం, ఆనందం, ప్రయోజనాలతో పాటుగా ఈ వృత్తి వల్ల కలిగిన నిరాశానిస్పృహలు, విచారం, మనస్తాపం,

ఆందోళనల వంటి వాటిలోకూడా పాలుపంచుకున్నారు. నా కుటుంబ సభ్యులు సుందర ప్రదేశాలను సందర్శించి, ట్రోఫీలు, అవార్డులను సంపాదించినప్పుడు విజయోత్సాహాన్ని ఆహ్లాదకరంగా అనుభవించే అదృష్టానికి నోచుకున్నారు. నేను అమ్మకాలలో మాంద్య పరిస్థితిని ఎదుర్కొంటూ వారి మద్దతునూ, ప్రోత్సాహాన్నీ పొందవలసిన సందర్భాలలో అవి వారి నుంచి నాకు పుష్కలంగా లభించాయి. నిజానికి, ఆ సమయాలలో, నా స్థితిగతులు అత్యద్భుతంగా వున్నప్పటి రోజులో మాదిరిగానే మా మధ్య సాన్నిహిత్యం వెల్లివిరిసింది. (అంతకన్న అధిక సన్నిహితంగా కాకపోయినా)

మీరు మీ కుటుంబ సభ్యులతో విశ్వాసపాత్రంగా , నీతివంతంగా ప్రవర్తించండి. వారు మీ గెలుపు ఓటములలో, ఆటుపోట్లలో, కష్టసుఖాల్లో, మమేకం కావాలనుకుంటారు. భాగస్వాములు కాదలచుతారు. వారు శక్తిని పెంపొందించడానికీ, ప్రోత్సాహాన్ని అందించడానికి ఆధారమవుతారు. ఈ ప్రక్రియలో వారు ఎదిగి పరిణతిని సాధించే అవకాశం పెంపొందుతుంది. విక్రయ వృత్తి చాలా గొప్పది. ఇది మనందరికీ ఒక కుటుంబ సభ్యులుగా పరస్పరం ప్రయోజనాలను మరింతగా కలిగి వుండటానికీ, పరస్పర మైత్రిని ఇతోధికంగా పెంపొందించుకోవడానికీ, జీవిత జీవన లక్ష్యాలను విస్తృతీకరించుకోవడానికి మంచి అవకాశం కలుగజేసింది. ఇందుకు తాము విక్రయిస్తున్న ఉత్పత్తులు, చేకూర్చుతున్న సేవలు, జరుపుతున్న అమ్మకాల ద్వారా ఉద్వేగాన్నీ, హర్షాతిరేకాలనూ పొందుతున్న ఇతర వ్యక్తులతో కలిసి మెలసి వుండటం దోహదం చేసింది.

పై స్థాయికి

అమ్మకం వృత్తిలో వుండటం వల్ల కలిగే మరో ప్రయోజనం పై స్థాయికి చేరడం. విక్రేతలు తమ విధుల సమర్ధ నిర్వహణకు అవసరమైన విస్తృత, ప్రగాఢ పరిజ్ఞానాన్ని సముపార్జించుకోవడం కోసం ప్రయత్నిస్తారు. విక్రేతల

ఆలోచనలు సృజనాత్మకంగా, మృదువుగా, విశదంగా ఉండాలి. విక్రయ ప్రతిపాదనలు చేస్తున్నప్పుడు, కొనుగోలుదారు అవసరాలు, కోర్కెలు తీర్చేందుకు చర్యలు తీసుకుంటున్నప్పుడు వ్యవహరించిన విధంగానే సమస్యల పరిష్కారం నిమిత్తం సృజనాత్మక మార్గాన్ని సూచించాలి.

విక్రేతలు ప్రజలను ఆనందం, ఆగ్రహం, చింత, చికాకు, ఉత్సాహం, నిరుత్సాహం, ఆతృత, ఆందోళన వంటి వివిధ మానసిక స్థితులలో ఉన్నప్పుడు కలుసుకోవడం జరుగుతుంది. విక్రేతలుగా ప్రజలతో వ్యవహరించడంలో మనం ఎంత ఎక్కువగా కృతకృత్యులమవుతామో అంత ఎక్కువగా మనం యాజమాన్యం అభిమానాన్ని పొందగలుగు తాము.

ఇతరులు తమ ఉత్పత్తులను కొనమని ప్రజలను ఒప్పించడానికి ప్రయత్నిస్తున్నట్లయితే వారితో ఎలా వ్యవహరించవలసిందీ వృత్తిపర విక్రేతలకు, తెలిసి ఉండాలి. ఆ వ్యవహార దక్షత నైపుణ్యాల గురించి సంస్థ కేంద్రకార్యాలయం వారికి నివేదించాలి. సహకరించమని ప్రజలను ప్రోత్సహించడానికీ, సంస్థ లోని ఇతర వ్యక్తులతో కలిసి పనిచేయడానికీ గణనీయ నైపుణ్యం, ప్రావీణ్యం కావాలి. తమ ఆలోచన, అభిప్రాయం ఉత్తమమైనదని తాము భావిస్తున్నప్పటికీ, దానిని త్రోసిపుచ్చి మరొకరి అభిప్రాయాన్ని అంగీకరించి ఆచరణలో పెట్టినప్పటికీ ఉత్తముడు. అభ్యుదయేచ్ఛను కలిగి, ఉన్నత స్థితిని కోరుకునే ఆశావాది అయిన ఉద్యోగి వ్యక్తిగత అభిప్రాయాలనూ, ఇష్టాయిష్టాలనూ పక్కనపెట్టి బృందం మంచి కోసం, శ్రేయస్సు కోసం తన సహాయ సహకారాలు అందజేస్తాడు. ఇలా ప్రవర్తించడం ఉత్తమ ఉద్యోగి కర్తవ్యం, ధర్మం. ఈ విధంగా హుందాగా ఉదాత్తంగా వ్యవహరించడానికీ, దీనిని సాధించడానికీ ప్రభావితం చేసే, ఒప్పించే గొప్ప ప్రతిభ, ప్రావీణ్యం, నైపుణ్యం, నిబద్ధత, క్రమశిక్షణ వుండాలని చెబుతున్న నన్ను నమ్మండి.

మీరు నా వెంటే ఉన్నారా?

మహత్తరమైన మన గొప్ప వృత్తి మనకు చేకూరే అద్భుత ప్రయోజనాలు పొందకుండా జీవించడాన్ని మీరు ఊహించుకోలేకపోతున్నట్లయితే, మీకు నా హార్దిక అభినందనలు! మీరు ఇప్పుడిప్పుడే చేపట్టిన అమ్మకం వృత్తికి, అనేక ఇతర వృత్తులకు సాధ్యపడని విధంగా మన సమాజాన్ని నాటకీయంగా ప్రభావితం చేయగల, శక్తిసమన్వితం చేయగల సత్తా వుందని తెలుసుకోండి.

2

నేటి విక్రేతలు నేర్వాల్సిన ప్రధాన నైపుణ్యాలు

'జిగ్లర్ ట్రైనింగ్ సిస్టమ్స్'ను అంతర్జాతీయంగా గౌరవం పొందిన శిక్షణ సంస్థగా ఎదిగేట్లు చేసేందుకు నేను ఇంత కష్టపడి పనిచేయడానికి ప్రధాన కారణం ఏమిటంటే- మనం నిజాయితీ, సత్ప్రవర్తన, సమైక్యత, విశ్వాసం, ప్రేమ, విధేయతల పునాదులపై ఒకరినొకరు పరస్పర విలువలను పెంచి 'అమ్మగలం', అనగా 'గౌరవం పెంచగలం' కాబట్టి. ఈ పునాదులపైన అమ్మకపు శక్తిని పెంచాలంటే మనం పెంపొందించు కోవాల్సిన నైపుణ్యాలు-ఎదుటివారిని చూచి నేర్చుకోవడం, ఎదుటివారు చెప్పేది శ్రద్ధగా వినడం, చక్కగా సంప్రదించడం, ఎదుటివారితో విశ్వసనీయంగా మెలగడం అనేవి. ఈ నైపుణ్యాలు ఉన్నట్లయితే మనం ఒక వ్యాపారాన్నే కాదు-ఒక జీవితాన్ని, కుటుంబాన్ని, స్నేహాన్ని, అనుభవంగల అమ్మకం వృత్తిని నిర్మించుకోగల్గుతాం, మనం జీవిస్తున్న సమాజంలో మనకో ప్రత్యేక గౌరవస్థానాన్ని సంపాదించుకోగల్గుతాం.

అమ్మకంలో నిజాయితీ, సుస్థిరత

మనం ప్రపంచంలో ప్రత్యేకమైన గుర్తింపు పొందాలంటే మనలో నిజాయితీ,

సుస్థిరత అవసరం అవుతాయి. కేవలం నీతి వాక్యాలు పలకడం ఒక్కటే సరైన విధానంకాదు. నీతిగా జీవించగలగడమూ ముఖ్యమే. నిజమైన విక్రయవృత్తిదారులు నీతి వాక్యాలు వల్లించరు, వారు నీతిగా బ్రతుకుతారు.

సుస్థిరత, నిజాయితీ, నీతి బాగా ఫలిస్తాయి

రాబర్ట్ డేవిస్ లూసియానాలోని బాటన్‌రోగ్‌లో చెదలు, నల్లులు, చీమల నిర్మూలన సంస్థలో సేల్స్ మేనేజర్‌గా ప్రసిద్ధి చెందిన కాలంలో అతడ్ని ఎవరైనా కలిసినపుడు 'మీరు ఏంచేస్తున్నారు?' అని అడిగితే 'నల్లుల్ని చంపుతున్నాను' అనే వాడు. అతనిలోని బలమైన ఆత్మవిశ్వాసమూ, తన సంస్థ చేస్తున్న సేవలపట్ల నమ్మకమూ అతడు వ్యక్తిగతంగానూ, వృత్తిరీత్యానూ మిగతా అందరికంటే ఉన్నత స్థానాన్ని పొందేలా చేశాయి.

ఆ చెదలు, నల్లులు, చీమల నిర్మూలన సంస్థలో ఉద్యోగం చేస్తున్న కాలంలో అతడి దగ్గర కాస్తంత మితిమీరిన ఉత్సాహం గల ఒక విక్రేత ఉండేవాడు. ఒక శుక్రవారం సాయంత్రం ఒక ఖాతాదారు ఒక ముఖ్యమైన సమస్యతో అతడికి ఫోన్ చేశాడు. అతడి సమస్య ఏమిటంటే, తేనెటీగలు అతడి ఇంటిని చుట్టుముట్టి అతడి కుటుంబానికి తీరని అవస్థను కలుగజేస్తున్నాయి. రాబర్ట్ అపుడు చాలా చిన్నదిగా కనపడే ఈ పనికై ఆ కొత్త విక్రేతను వినియోగించాడు. కాని అతడు బయటికి వెడుతూ తన తోటివారిని అడిగాడు 'మీలో ఎవరైనా ఇంతవరకు ఎప్పుడైనా 200 డాలర్ల తేనెటీగల నివారణ' మందుల్ని అమ్మారా?' అని. అతడు ప్రదర్శిస్తున్న 'బడాయి'ని చూచి వారు నవ్వి 'లేదు' అని జవాబిచ్చారు.

అతడు ముప్పై నిమిషాలలోనే 225 డాలర్ల చెక్కుతో తిరిగి వచ్చేసరికి అందరూ ఆశ్చర్యపోయారు. ఇంతలోనే టెలిఫోన్‌లో ఎవరో పిలిచారు. దానితో ఇంతవరకు 'తేనెటీగల నివారణ' పనికి పెద్దమొత్తంలో చెక్కు లభించిన ఆనందానికి విఘాతం ఏర్పడింది. ఎందువల్లనంటే రాబర్ట్‌తో ఫోన్‌లో మాట్లాడిన వ్యక్తి తమకు లభించిన

చెక్కుపై సంతకం పెట్టినవాడే కావడంవల్ల. అతడు చెప్పిన విషయాలు ఇవి:

మా పిలుపును అందుకొని వెంటనే వచ్చి మా సమస్యను పరిష్కరించినందుకు మీకు కృతజ్ఞతలు తెలియజేయడానికై ఈ ఫోన్‌కాల్ చేస్తున్నాను.' అని చెప్పి ' ఆ తేనెటీగలు నిజంగానే మాకు చాలా బాధకలిగిస్తున్నాయి. మీ మనిషి వచ్చి ఈ సమస్యను తొలగించినందుకు సంతోషం' అని కాస్సేపు ఆగి..

'కాని పదిహేను నిమిషాలలో అయిపోయిన పనికి మా నుంచి మీరు 225 డాలర్లు తీసుకోవడం న్యాయమేనా? అని నాకు అనిపిస్తున్నది' అన్నాడు.

అది విన్న రాబర్ట్ వెంటనే అతడికి జవాబిస్తూ– 'మీరు కొద్ది నిమిషాలపాటు అక్కడే ఉండండి. నేను మీ వద్దకు వస్తున్నాను' అని అతడి నుంచి జవాబు రాగానే ఆ విక్రేతను, చెక్కును తన వెంట తీసుకొని బయలుదేరాడు. వారు తమ ఖాతాదారు ఇంటి వద్దకు చేరగానే రాబర్ట్ నేరుగా ఆ ఖాతాదారు వద్దకు వెళ్లి– 'అయ్యా' ఇక్కడ చిన్న పొరపాటు జరిగింది. ఇతడు మా కొత్త సేల్స్‌మన్. నేను ఇతడికి ఈ 'తేనెటీగల నివారణ' పనికి ఎంత బిల్లు చెయ్యాలో చెప్పే వీలు కుదరకపోవడం చేత ఇతడు కొత్తవాడు కావడంవల్ల తన ఉత్సాహంలో మీకు ఎక్కువ బిల్లు చేశాడు' అని చెప్పాడు (నిజానికి తాను ఆ సేల్స్‌మాన్‌కు ఈ పని ఎలా నిర్వహించాలో వివరించడమేకాక దీనికి 125 డాలర్లు బిల్లు చేస్తేనే ఎక్కువ అని చెప్పినప్పటికీ అతడు దానిని నిర్లక్ష్యం చేసి 225 డాలర్లకు బిల్లు చేశాడు. కాని రాబర్ట్ అతడిపై కోపగించుకొని అతణ్ణి చిక్కుల్లో పెట్టే ప్రయత్నం చేయలేదు) అలా చెప్పి అతడికి ఆ చెక్కును తిరిగి ఇచ్చేశాడు.

దానితో అతడు ఆనందపడి 'ఇలా మీరు మాపై దయ చూపించినందుకు కృతజ్ఞతలు' అని, 'అయితే మాకు ఈ సమస్యలు చీమలతోనూ, ఆ చీమలంతటి చిన్న చేపలతోనూ కూడా ఎదురౌతున్నాయి. వాటిని కూడా ఇలాగే అదనపు చార్జి లేకుండా పరిష్కారం చేయగలరా?' అని అడిగాడు.

అప్పుడు అందరూ ఆనందంతో నవ్వులలో మునిగిపోయుండగా రాబర్ట్ ఆ కొత్త పనికి 300 డాలర్ల కాంట్రాక్టు రాసి వారి ముందుంచాడు. ఇది అతనిలోని నీతి, నిజాయితీలవల్ల సాధ్యమైంది. రాబర్ట్ అలా చేయకుండా వారు ఇచ్చిన చెక్కును, తేనెటీగల నివారణ పనికై అన్యాయంగా వచ్చిన దబ్బును సంతోషంతో వాడుకొని ఉన్నట్లయితే ఈ ఖాతాదారు తమ చేత మోసగింపబడి నష్టపోయినట్లు భావిస్తూ బాధపడేవాడు. అలా చెక్కును వారికి తిరిగి ఇవ్వడంవల్ల, మంచిపని చేయడంవల్ల రాబర్ట్ పనిచేస్తున్న కంపెనీకి పెద్ద అమ్మకపు అవకాశమూ, చాలా కాలంపాటు తమను అంటిపెట్టుకొని ఉండే ఖాతాదారు లభించడం విశేషం.

నిజానికి మనం నిజాయితీకి, నీతికి కట్టుబడి ఉండి, సుస్థిర భావాలతో జీవించగలిగితే మనకు తప్పకుండా అనేక బహుమతులు లభిస్తాయి. అయితే రాబర్ట్ డేవిడ్‌కు లభ్యమైనంత త్వరగా లభించకపోవచ్చు. కాని మనం బ్యాంకులో డబ్బు దాచుకున్నప్పుడు, అది వడ్డీతోసహా ఎలా తిరిగి లభించగలుగుతుందో అలాగే నిజాయితీ, నైతికత, సుస్థిరత, అనే మంచి లక్షణాలతో మెలగగలిగితే, వాటిని ప్రజలకు తెలిపేట్లు చేయగలిగితే మన వృత్తిలో మనకు ఉత్తమ ప్రయోజనాలు లభిస్తాయనడంలో సందేహం లేదు.

విశ్వసనీయత

విక్రయరంగంలో ఖాతాదారులు ఎల్లప్పుడూ ఎక్కువ విలువ ఇచ్చేది విక్రేత చెప్పే మాటలలోని విశ్వసనీయతకు, ఆ వృత్తిలోని వ్యక్తి నిజాయితీకి అది దర్పణం. మీ నుంచి ఏ వస్తువునూ కొనుగోలు చేయడానికి ఇష్టపడని పరిస్థితి ఏర్పడితే అందుకు ముఖ్యకారణం–కొనుగోలుదారుకు మీ మాటల్లో నమ్మకం ఏర్పడలేదన్నమాట. మీరు కొనుగోలుదారుకు నమ్మదగిన వాగ్దానం చేస్తేకాని, వాగ్దానంలాంటి సందర్భోచిత వ్యాఖ్యానంచేస్తే గాని కొనుగోలుదారు వాటినే దైవవాక్కులంత పవిత్రమైనవిగా, విలువైనవిగా భావిస్తారు. అలాంటి నమ్మకం

ఏర్పడకపోతే కొనుగోలు చేయడానికి విముఖుడు అవుతాడు. ఈ అమ్మకం కార్యక్రమం మధ్యలోగానీ, అమ్మకం ముగిసిన తర్వాత గాని ఏదైనా తేడా వచ్చినట్లు కొనుగోలుదారుకు అనిపిస్తే ఆ అమ్మకం ముందుకు సాగదు. కొనుగోలుదారు ఈ కొనుగోలులో ఏ పరిస్థితిలోనైనా విశ్వసనీయత తగ్గినట్లు భావిస్తే, ఉత్పత్తి ఉపయోగంలో ఏదైన ఇబ్బంది ఏర్పడితే ఇక ఆ కొనుగోలుతో ముందుకు సాగడం సాధ్యంకాదు. చాలా చిన్నవిషయాలే ఈ అమ్మకం విచ్ఛిన్నం అయిపోయేటట్లు చేయవచ్చు.

ఎదుటివారు చెప్పేది సరిగా వినడం

విజయవంతమైన అమ్మకం వృత్తిదారులు అందరూ చేసే గొప్పపని ఏమిటంటే-ఎదుటివారు చెప్పే మాటల్ని శ్రద్ధగా వినే నేర్పు ప్రదర్శించగల్గడం. నా వృత్తి జీవితంలో ఇంతవరకూ వినని విషయం-కొనుగోలుదారుని అవసరాలూ, ఇష్టాలూ, కోరికలు వినగలిగిన ఓర్పు ఉన్న ఒక అమ్మకందారు చేసిన అమ్మకం విఫలం అయింది-అనేది. అంతేకాక , అమ్మకందారులు కొనుగోలుదారుల అవసరాలను గురించి, ఆశయాలను గురించి ఎంతో హెచ్చుగా, శ్రద్ధగా వినడానికి సిద్ధపడినప్పుడు మాత్రమే విజయం తథ్యం అవుతుంది అని గ్రహించడం అవసరం.

కొనుగోలుదార్లు చెప్పే విషయాలు జాగ్రత్తగా వినడం అనేది అమ్మకం దారుకు కష్టమైనపని కాకూడదు. మనం మాట్లాడకుండా కేవలం మౌనంగా ఉన్నప్పుడు, అలాగే మాట్లాడే ప్రయత్నంలోనే ఉన్నప్పుడు మనం వాటిని వినగల్గుతాం కదా! వినడంలో శ్రద్ధను పెంచుకోవడానికి చాలా విధనాలు ఉన్నాయి. వారాల తరబడి నడిచే కోర్సులు ఉన్నాయి. కాని మనకు ఇక్కడ ఉన్న అవసరాన్ని తీర్చుకోవడంలో గుర్తు ఉంచుకోవాల్సిన సామెత ఒకటి ఉంది. అదేమిటంటే-మాట్లాడితేనే ఎదుటివాడి మనస్సు తెలుస్తుంది, ఎదుటివాడి మాటలు వింటే మన హృదయం అతణ్ణి స్నేహ భావంతో చూడగల్గుతుంది-అని

పరస్పరం ఇచ్చి పుచ్చుకోవడం

మనం ఎప్పుడైతే జాగ్రత్తగా కొనుగోలుదారులో అనేకంగా ఉన్న ప్రయోజనాలూ, కోరికలూ, సరదాలూ, ఇతర ఇష్టాలూ వినగల్గుతామో అప్పుడు అతడు మనకు కొంత బాకీ పడిపోయినట్లు చేయగలిగాము అన్న మాట. కొనుగోలుదారు స్వయంగానే తాను మనకు ఏదో బాకీ పడిపోయినట్లున్న భావనతో కనిపిస్తాడు. దాని ఫలితంగా అతడు మనం మన ఉత్పత్తుల ప్రయోజనాల గురించి చెప్పేదానిని వినడానికి ఇష్టపడతాడు. ఇందుకు కారణం ఏమిటో అర్థమైందా? మనం ముందుగా అతడు చెప్పినది విని అతడ్ని గౌరవించడమే.

సంభాషణలో తీసుకోవలసిన జాగ్రత్తలు

చాలామంది తాము ఎంత వేగంగా మాట్లాడగల్గుతున్నారో అంతే వేగంగా వినడానికి కూడా ఇష్టపడుతూ ఉంటారు. అందువల్ల అవసరం అయినపుడల్లా మనం కొనుగోలుదారు చెప్పేది వినే విధానానికి అనుకూలమైన రీతిలోనే మనం మాట్లాడే విధానం ఉండేట్లు మార్చుకోవాల్సి వస్తుంది. ఈ విధానానికి కొన్ని మినహాయింపులు ఈ క్రిందివి:

1. కొనుగోలుదారు ఎందువల్లనో తన ప్రశాంతతను కోల్పోయి గట్టిగా అరుస్తూ తిట్టడం ప్రారంభించే పరిస్థితి. ఇలా కొనుగోలుదారుకి కోపం వచ్చే పరిస్థితి ఏర్పడితే అప్పుడు చేయాల్సిన పని-గొంతు తగ్గించడం, మాటల్లో వేగాన్ని తగ్గించడం.

2. కొనుగోలుదారు మొరటుగా, అసభ్యంగా మాట్లాడుతూ ఉండడం: అప్పుడు మనం, మన భాష పరిశుద్ధంగా ఉండేట్లు, కేవలం వృత్తిపరమైనదిగా ఉండేటట్లు జాగ్రత్తపడాలి. కొనుగోలుదారు ఎప్పుడూ మనలో తనకంటె హెచ్చైన స్థాయిలో మంచి ప్రవర్తనను చూడాలని కోరుకుంటూఉంటాడు కాబట్టి మనం ఎంత

హెచ్చుస్థాయిలో నైతికతను, మర్యాదను, సుస్థిరతను కలిగి ఉంటామో అంత హెచ్చుస్థాయిలో అతనికి మనపట్ల నమ్మకం, గౌరవం ఏర్పడతాయి. అలాగే కొనుగోలుదారుకు ఎంత ఎక్కువగా మనపైన గౌరవం, నమ్మకం, ఏర్పడతాయో అంత హెచ్చుగా మన అమ్మకం ఉంటుంది.

3. కొనుగోలుదారు చాలా నెమ్మదిగా మాట్లాడినట్లయితే మనం శ్రమ తీసుకొని అతడు మాట్లాడే ప్రతిమాటా చాలా జాగ్రత్తగా వినాలి. మీ కంఠ ధ్వనిస్థాయి అందరికీ సుఖకరంగా ఉండేట్లు జాగ్రత్తపడితే మీ మాటల్ని అందరూ వినగల్గుతారు. కొనుగోలుదారు మీరు చెప్పేవి వినడానికి చూపే శ్రద్ధకన్నా అతడు చెప్పే మాటలు వినడం పట్ల మీరు అధిక శ్రద్ధ వహించాలి.

4. కొనుగోలుదారు ఒక్కొక్కప్పుడు చాలా మెల్లగా లేక చాలా తొందరగా మాట్లాడవచ్చు. మీరు కూడా అదేరీతిగా మెల్లగా లేక తొందరగా మాట్లాడడానికి ప్రయత్నిస్తే ఇక మీ మధ్య వైరుధ్యం అనివార్యమవుతుంది. అందువల్ల కొనుగోలుదారుని మాటల పద్ధతిని గమనించి అతడికి మిమ్ములను గురించి సరిగా తెలిసేట్టు చేయడానికై మీ మాటల విధానాన్ని మార్చుకొనవలసి యుంటుంది.

5. భాషలో ప్రాంతీయమైన యాసకు, వ్యాకరణ దోషాలకు, దూషణ వాక్యాలకూ, పదాలకూ, స్పష్టంగా మాట్లాడలేకపోయేట్లు చేసే అవరోధపు అలవాట్లకు మీరు ఎన్నడూ తావు ఇవ్వకూడదు.

ఆశ్రయత్వం, విశ్వసనీయత

'బియాండ్ కెయాస్ ' (సంక్షోభానికి అతీతంగా) అనే గ్రంథ రచయిత్రి షీలావెస్ట్ అమ్మకం రంగంలో స్త్రీలు రాణించడానికి అవకాశాలనుగురించి అర్థం చేసుకోవడానికి నాకు తోడ్పడింది. ఆమె చెప్పిన విషయం ఏమిటంటే – అమ్మకం రంగంలోకానీ వేరే ఇతర రంగాలలోకానీ పనిచేసే స్త్రీలు ఎదుర్కొనే అత్యంత

క్లిష్టమైన పరిస్థితి ఏమిటంటే- విశ్వసనీయతను సాధించుకోగల్గడమే- అని. అమ్మకరంగం ద్వారా తాము వృత్తిలో రాణించగల్గుతాము అనే నమ్మకం ఏర్పడకపోతే స్త్రీలు కొనుగోలు దార్లలో విశ్వసనీయతను కలిగించడం అసాధ్యమే అవుతుంది. అందువల్ల తాము అమ్మకం వృత్తిని నమ్ముకొని కొనుగోలుదార్లలో నమ్మకం కలిగించలేనట్టి స్త్రీలు త్వరలో అమ్మకం రంగం నుంచి నిష్క్రమించవలసి వస్తుంది. మరో రీతిగా చెప్పాలంటే-స్త్రీలు అమ్మకంవృత్తిలో నిలువ గల్గుతామని తమలో నమ్మకం కలిగినప్పుడు వారి మాటలు విశ్వసనీయంగా ఉండగల్గుతాయి. ఆ విశ్వసనీయతతో తమలో ఆత్మవిశ్వాసాన్ని కలిగించుకొని కొనుగోలుదారులో నమ్మకం కలిగించేట్లు చేయగలుగుతారు. దానివల్ల అమ్మకం విజయవంతం అవుతుంది

ఈ సందేశం అమ్మకం వృత్తిలో ఉన్న స్త్రీలకే కాక పురుషులకు కూడా చాలా ముఖ్యమైనదేనని గ్రహించాల్సి ఉంటుంది.

ఈనాటి అమ్మకం వృత్తిదారులు తెలుసుకోవాల్సిన సత్యం

విజయవంతమైన అమ్మకం వృత్తిదారుడికి తెలియవచ్చే సత్యం- 'ఆనందం' అనేది 'సుఖాభిలాష' కాదనీ, అది అవసరాలపై విజయం సాధించడం- అనీ. మీరు ఒక పని చేయాల్సివచ్చినప్పుడు దానిని ఎప్పుడు చెయ్యాలో, ఎలా చెయ్యాలో తెలుసుకొని దానిని చేయగలిగితే విజయం లభిస్తుంది. అంతేకాక అతి ముఖ్య విషయం ఏమిటంటే, విజయవంతుడైన అమ్మకంవృత్తిదారు తెలుసుకొని అర్థం చేసుకోవలసిన సూత్రం ఏమిటంటే-

"మీరు మీ ఎదుటివారికి తమ ఇష్టాలను సాధించుకోవడానికి తగు రీతిలో సహాయపడగల్గితే, మీరు జీవితంలో కోరుకున్నవన్నీ వారి నుండే మీకు లభిస్తాయి సుమా!" అని.

3

కొనాలనుకుంటున్న వ్యక్తిని కనుగొనడం

'విక్రయాల' రంగంలో విజయసాధనకు కొనుగోలుదారు కోసం అన్వేషణ చేయడం కీలక అంశమనే విషయాన్ని ఈ క్షేత్రంలో కాకలు తీరినవారు మొదలుకొని అఆలు దిద్దకుంటున్నవారివరకు అందరూ కలసికట్టుగా ఏకాభిప్రాయంగా చాటి చెబుతారనడంలో సందేహం లేదు. ఎంత పెద్ద ప్రయాణానికైనా శుభారంభం ఒక అడుగుతోనే మొదలువతుందన్నది జగద్విితం. అలాగే విక్రేతగా మీకు ఎవరైనా కొనుగోలుదారు తటస్థపడకుంటే మీకు అమ్మకం జరిపే అవకాశమే వుండదని కూడా తెలిసిందే.

"అమ్మకం జరపడంలో ఎదురయ్యే ఒకే ఒక్క సమస్య ఏమిటంటే, మీకు మంచి కొనుగోలుదారుకావలసిన వ్యక్తిని మీరు ఇప్పుడే కోల్పోవడమని ఎప్పుడో ఒక సందర్భంలో ఒక మహాశయుడు వ్యంగ్యంగా వ్యాఖ్యానించారు. ఇది సత్యమేననడంలో సందేహం లేదు. కాగా పోగొట్టుకున్న ఆ ఒక్క కొనుగోలుదారు స్థానే పలువురు ఇతరులను సంపాదించగలిగితే మీకు జయం ద్విగుణీకృతంగా చేకూరినట్లే..

ఏమిటి?

'కొనుగోలుదారు' అంటే ఎవరు? అమ్మకందారు విక్రయించే ఉత్పత్తుల పైన లేదా అతను అందజేసే సేవల పైన నిర్ణయం తీసుకొనే సామర్థ్యం కలిగిన వ్యక్తిని లేదా వ్యక్తుల బృందాన్ని కొనుగోలుదారంటారు. కొనుగోలుదారు, సంశయస్థుడి మధ్య భేదం వుంది. 'సంశయస్థుడు' కొనుగోలుదారు కావచ్చు. కాబట్టి ఈ పదం 'ఆశ'ని చేకూర్చుతుంది. అయితే ఆ ఆశకు సుదృఢమైన పునాది లేకపోయినట్లయితే సంశయమే మిగులుతుంది. 'కొనుగోలుదారు'కి ఉత్పత్తితో అవసరం ఉండాలి. ఆ 'వ్యక్తి'కి ఆ ఉత్పత్తిని సొంతం చేసుకోవాలన్న కోర్కె ఉండాలి. తన ఆకాంక్షను నెరవేర్చుకొనగలిగే ఆర్థిక స్థోమత వుండాలి. మీరు సంశయస్థులకు సమయాన్ని వెచ్చిస్తారు. మీరు కొనుగోలుదారుకు సమయాన్ని మదుపు పెట్టుతారు.

ఎప్పుడు?

'ప్రజలు కొనుగోళ్ళు ఎప్పుడు చేస్తారు?'అనే ప్రశ్నకు సమాధానం 'ఎల్లప్పుడు'అని చెప్పుకోవాలి. కొనుగోళ్ళు చేయడం ఎనిమిది గంటల నుంచి అయిదు గంటలవరకు మాత్రమే పరిమితమై జరగవు. సవ్యమైన సబబైన కొనుగోలు ఎక్కడైనా ఏ వాతావరణ పరిసర ప్రదేశంలోనైనా చేయవచ్చు. అది సామాజిక ప్రదేశం కావచ్చు, విమానం కావచ్చు, విమానాశ్రయం కావచ్చు, క్లబ్ సమావేశం కావచ్చు. మధ్యాహ్న భోజనశాల కావచ్చు లేదా ప్రజలు గుమిగూడిన స్థలం కావచ్చు.

మీరు 'ఎల్లప్పుడూ కొనుగోలుదార్లను అన్వేషిస్తుండాలని ప్రోత్సహిస్తూ ఈ విషయాన్ని జ్ఞప్తికి పెట్టుకోవాలని కోరుతున్నాను. ఇప్పుడు మీరు వున్న మిత్రబృందం పరిధినుంచి క్రమంగా బయటపడాలి. మరో బృందాన్ని

ఏర్పరుచుకోవాలి. ఆ భావి కొనుగోలుదార్ల జాబితాలను సుదీర్ఘమైనదిగా, భిన్నమైనదిగా రూపొందించుకోవడానికి మీ శక్తి స్తోమతులను సంపూర్ణంగా వినియోగించండి. విక్రేతగా మీ వృత్తి కొనసాగింపు ఎవరో వ్యక్తి మీద లేక ఏదైనా ఒక నిర్దిష్ట వ్యక్తుల సమూహంపైన ఆధారపడి వుండకుండా జాగ్రత్త వహించండి.

ఎలా?

మీరు విక్రేతగా మీ విధి నిర్వహణకు ఎదుటి వ్యక్తి పట్ల పరిపూర్ణ ఆసక్తిని కనబరచడం ద్వారా ఉపక్రమించారు. ఈ కార్యారంభానికి ఇదే మంచి మార్గం. మీరు సరైన వ్యక్తి అయినపుడే మీరు సమర్థవిక్రేతగా ఆవిర్భవించే సదవకాశం చాలా చాలా ఎక్కువగా ఉంటుంది. విక్రేతలుగా మీరూ విజయకేతనాన్ని ఎగురువేయగలుతారంటే నా తల్లి, నా భార్య తిరగబడతారు. ఎందుచేతనంటే వారుభయులలో ఎవ్వరూ కూడా ఎప్పుడూ ఆధికారికంగా ఏ వస్తువులూ అమ్మలేదు. ఎలాంటి సేవలు అందించలేదు. అయినప్పటికీ వారిద్దరూ ఈ విషయంలో అద్వితీయులుగా రాణించి వుండేవారే. కారణం వారు స్నేహం చేసుకోవడంలో స్వాభావికంగా సిద్ధహస్తులు. ఇలాంటి అసామాన్యులను నేను చూడలేదు.

మా అమ్మ ఎప్పుడూ ఎక్కడికైనా బస్సులో బయలుదేరినప్పుడు గమ్యస్థానాన్ని చేరుకునేలోగానే తన ప్రక్కన కూర్చున్న వ్యక్తిని జీవిత పర్యంతం కొనసాగేంతగా గాఢ స్నేహితురాలిని చేసుకుంటుంది. వారు పరస్పరం సంవత్సరాల పర్యంతం ఉత్తర ప్రత్యుత్తరాలు సాగించుకుంటారు. ఆమె వ్యక్తులపట్ల ప్రదర్శించే ఆసక్తి, అభిమానం స్వచ్ఛందమైనవి, శుద్ధమైనవి. ఇదంతా నా భార్యామణికి కూడా సంపూర్ణంగా వర్తిస్తుంది. మేమిద్దరం విమానంలో ప్రయాణిస్తున్నప్పుడు లేదా విమానాశ్రయంలో లేక హోటల్ కౌంటర్ దగ్గర, ప్రయాణీకుల క్యూవరుసలో నిరీక్షిస్తున్నప్పుడు ఆ ప్రక్క వారితో మాటలు కలిపి స్నేహం చేసే ప్రక్రియకు

ద్వారాలు తెరుస్తుంది. తర్వాత 30 సెకండ్లకే ఆమె పరిచయం చేసుకున్న వ్యక్తి సంభాషిస్తున్న తీరు వారుభయులు చిరకాల మిత్రులేమోనన్న అభిప్రాయాన్ని కలిగిస్తుంది. ఇది ఆశ్చర్యం, ఆనందం కలిగించే విషయం.

ఎవరు?

నేను మిమ్ములను కొన్ని ప్రశ్నలు అడుగవచ్చా? మీరు చాలా తరచుగా ఎవరితో సంభాషిస్తారు? మీరు చాలా ప్రభావవంతంగా ఎవరితో మాట్లాడుతారు? మీరు ప్రతి ఒక్కరికీ, పైగా మీకు బాగా తెలిసినవారికీ వస్తువులు విక్రయించడంలో అంత సమయాన్ని ఎందుకు వెచ్చిస్తారు?

మొదట ఆ ప్రశ్న అడిగినప్పుడు నేను సమాధానం కోసం వెతుక్కోవలసి వచ్చింది. కాసేపు ఆలోచించిన తర్వాత, "నేను నా మిత్రులకూ, కుటుంబసభ్యులకూ నా ఉత్పత్తులను తమకు అంటకట్టుతున్నాననే భావనను కలుగనివ్వను", అని స్పందించాను.

అప్పుడు నేను సమాధానం చెప్పవలసిన ప్రశ్న, ఇప్పుడు మీరు చెప్పవలసిన సమాధానం ఏమిటంటే – ఆ ఆగంతులకందరికీ, మీ ఉత్పత్తి మేలైనదేననిమీరు అనుకుంటున్నట్లయితే అది మీ స్నేహితులకు, కుటుంబ సభ్యులక్కూడా మంచిదే అవుతుంది కదా?

మీరు మీ మిత్రులకూ, కుటుంబ సభ్యులకూ అమ్ముతున్నది నాణ్యమైనది కానట్లయితే దానిని మీరు ఎందుకు విక్రయిస్తున్నారు? అది మంచిదే అయినట్లయితే దానిని మీరు ఎక్కువగా లక్ష్యపెట్టేవారి నుంచి వేరుగా వుంచాలని ఎందుకు అనుకుంటారు. మిత్రులకూ, బంధువులకూ అమ్మకాలు చేయాలని ప్రోత్సహించే సంస్థలు వున్న విషయం నాకు తెలుసు. ఇలాంటి సంస్థలకు

విక్రేతగా పనిచేయకూడదన్న పరిణతి, విజ్ఞతలు మీకున్నాయి. (కనుకనే ఈ పుస్తకం చదువుతున్నారు)

నేను ఏమి చేయాలి?

విక్రేతగా వృత్తిని చేపట్టదలచిన చాలామంది, తమకు సరైన రంగంలోనికే ప్రవేశిస్తున్నామన్న విశ్వాసం ఎలా కలుగుతుందని అడుగుతూనాకు లేఖలు వ్రాస్తున్నారు. దీనికి జవాబును కుటుంబం, మిత్రుల పరిధిలో కనుగొనవచ్చు. మీ తల్లిదండ్రులకూ, సోదరీ సోదరులకూ, మిత్రులకూ, పరిచయస్తులకూ, తెలిసిన ఇతరులకూ మీరు అమ్మదలచిన ఉత్పత్తి కానీ లేదా అందించాలనుకుంటున్న సేవ కానీ ఏమిటి? తాము మాట్లాడలేనటువంటి ఉత్పత్తుల విక్రయాన్ని, సేవల కల్పనను మాత్రమే చేపట్టాలని విక్రయవిశ్వంలో ఉన్న వారిని గట్టిగా కోరుతున్నాను.

తాను విక్రయించే ఉత్పత్తులు, తాము సమకూర్చే సేవలు తమవారి ప్రయోజనాలను బాగా తీర్చగలవని త్రికరణశుద్ధిగా విశ్వసిస్తున్న కారణంగానే వాటిని వారికి అమ్మజూపుతున్నాననే విషయాన్ని తమ మిత్రులకూ, కుటుంబ సభ్యులకూ జ్ఞప్తి చేయాలి. ఈ పనిని యుక్తిగా చేయాలి. కాగా ఆత్మబంధాన్నీ, బాంధవ్యాన్ని పటిష్టపరచడానికి దోహదపడే విలువైన వస్తువును సమర్పిస్తున్నానన్న భావన మీకు వుండడం ప్రధానం, కీలకం. ఏమైనప్పటికీ, వారు మీ మిత్రులు కాబట్టి, మీకు 'సహాయం' చేయాలనుకుంటున్నారు కాబట్టి కొనుగోలు చేయగలరని ఆశించకండి. (కొనుగోలు చేయడానికి అనుమతించకండి.) మీరు విక్రేతలుగా ఆ పద్ధతిలో ఎదగడానికి ప్రయత్నించకండి. అలా చేస్తే మీరు మైత్రీబంధాలను తెగతెంపులు చేసుకుంటారు.

మీరు సన్నిహిత మిత్రులకూ, బంధువులకూ సేవలందించడం పట్ల ఉత్సాహం చూపడం వల్ల కలిగే అదనపు ప్రయోజనం ఏమిటంటే వారు మీ విజయాన్ని మనస్ఫూర్తిగా కోరుకుంటారు. మీకు ఈ రంగంలో భవిష్యత్తు ఉజ్వలంగా ఉండటం కోసం ఆనందంగా ద్వారాలు తెరిచి ఉంచుతారు.

నిర్దిష్టమైన అయిదు అడుగులు

కొనుగోలుదార్లను చూపమని ఎలా అడగాలి? దిగువ పేర్కొన్న అడుగుల క్రమాన్ని అనుసరించడానికి ప్రయత్నించండి.

మొదటి అడుగు

వృత్తిపర నైపుణ్యం కలిగిన విక్రేతలు తమ కొనుగోలుదార్లను, తమతో లావాదేవీలు జరిపేవారిని చాలా సంవత్సరాలుగా ఇలా అడుగుతున్నారు. "స్వామీ, ఒక వేళ మీ గాఢ స్నేహితుడు ఈ క్షణంలో ఇక్కడికి వచ్చినట్లయితే అతడిని నాకు పరిచయం చేస్తారా?" "స్వామీ, మా సేవలు అవసరమైన మీ మంచి మిత్రుడు ఎవరైనా ఉంటే వారికి నన్ను పరిచయం చేస్తారా? దయచేసి ఆయన పేరు, ఆయనను గురించిన సంక్షిప్త సమాచారం తెలపండి."

ఈ అభ్యర్థనలు విక్రేతగా పలుకుబడిని పెంపొందింపజేసుకోవడానికిమీరు చేయదలచిన ప్రయత్నాలలో తొలి అడుగు మాత్రమే.

రెండవ అడుగు

మీ సేవలనుంచి లబ్ది పొంది మీ ప్రభావానికి లోనైన వ్యక్తిని టెలిఫోను ద్వారా

తనను అతని మిత్రుడికి పరిచయం చేయగలడేమో అడగండి. ఫోను పిలుపు చక్కని ప్రత్యామ్నాయం – "జాన్ నా మిత్రుడు బిల్ వద్ద నీకు ప్రయోజనం చేకూర్చగలిగినది ఏదో వుంది" అని చెప్పడం.

మూడవ అడుగు

కొనుగోలుదార్లను అన్వేషిస్తున్నప్పుడు క్లయింటుకు ఎదురుగా, చిరునామా తదితర వ్యక్తిగత వివరాలను నమాదు చేసే కారణాలను పరచిపెట్టి పేర్లు చెప్పమని అడగకూడదని నా వ్యక్తిగత అనుభవాన్ని బట్టి గ్రహించాను. సమాధానం చెప్పవలసిన వ్యక్తికి పదేపదే మెదడు మొద్దుబారడం జరుగుతుంది. ఎప్పుడూ కూడా ఒక వ్యక్తిని గురించి అడగడంతోనే ఆరంభించండి. ఆ వ్యక్తి పేరును ఒక కార్డుమీద వ్రాయండి. ఆ సమయంలో ఆ వ్యక్తిని గురించిన మరే ఇతర సమాచారాన్నీ సేకరించడానికి ప్రయత్నించకూడదు. తర్వాత రెండవ, మూడవ, నాలుగవ, అయిదవ పేరు వ్రాయండి. నమోదు చేయవలసిన పేర్లన్నీ వ్రాయడం పూర్తయిన పిదప మొదటి సంఖ్య కార్డుమీద వున్న పేరుగల వ్యక్తి నుంచి తిరిగి వ్యక్తిగత సమాచారాన్ని రాబట్టండి. అతని చిరునామా, ఉద్యోగం, ఫోను నెంబరు, బాధ్యతలు, అభిరుచులు, కార్యకలాపాల వంటి ముఖ్య వివరాలను తెలుసుకోండి.

నాలుగవ అడుగు

కొనుగోలుదార్ల అన్వేషణ సందర్భంలో మనందరం కూడా తరచు కప్పగంతుల్లాంటి ప్రశ్నలు అడగవలసి వస్తుంది. "మీరు ఎవరితో కలిసి జాగింగ్ చేస్తుంటారు. బ్రిడ్జి ఆడతారు, పనిచేస్తారు, చర్చికి లేదా క్లబ్ సమావేశాలకు వెళ్తారు. మీ ఇరుగుపొరుగున ఎవరుంటున్నారు, మీ సహాధ్యాయులు ఎవరు?" వగైరా.. వగైరా.

అయిదవ అడుగు

మీకు మీ కొనుగోలుదార్లను గురించి తెలిసిన తర్వాత, వానిలో మొదటగా తాను ఎవరిని కలువవలసిందీ వారిని గురించిన సమాచారం అందించిన, పరిచయం చేసిన మధ్యవర్తిని అడగండి. మధ్యవర్తితో కలిసి కొనుగోలుదార్ల పేర్ల జాబితాను ప్రాధాన్యక్రమంలో రూపొందించండి. ఈ క్రమంలో మీరు కొనుగోలుదారు సామర్థ్యాన్ని గురించిన విశేష సమాచారాన్ని కూడా రాబట్టాలి. మధ్యవర్తులకు ఈ విషయాలను నివేదించడాన్ని, మీ సందర్శనల పర్యవసానాలను గురించి వివరించడాన్ని మరవకుండా నెరవేర్చండి. మధ్యవర్తులకు ఈ విధంగా సమాచారం తెలుపుతూ వారిని సంతృప్తిపరచడం పౌరసంబంధాల పటిష్టతకూ, అమ్మకాల అభివృద్ధికీ దోహదపడే కీలకాంశం. ఇదొక అభిలషణీయ ఆచారం కూడాను. ఇంతకన్నా ప్రధానమైన అంశం ఏమిటంటే, ఇందువల్ల మీ మధ్యవర్తితో మీకు సంబంధాలు సుదృఢం అవుతాయి. అతను మీకు మరికొందరు కొనుగోలుదార్లను పరిచయం చేయడానికి మనఃపూర్వకంగా సంసిద్ధుడై ఆ దశలోని ద్వారాలు తెరిచి వుంచుతారు.

కొనుగోలుదార్లను ఎక్కడ కనుగొనాలి

మీరు అమ్మకాల రంగంలోనికి సరికొత్తగా ప్రవేశించారనుకోండి. అదే రోజున ఈ పుస్తకాన్ని, మీ నమూనా సరంజామాను తీసుకొని కార్యసాధనకు ఉపక్రమించారనుకోండి. అప్పుడే తొలి కొనుగోలుదారు తటస్థపడడు. మీరు మీ విధి నిర్వహణను ఎలా ఆరంభిస్తారు? ఈ ప్రశ్నకు సమాధానం : మీ కళ్ళు తెరిచి మీ చుట్టూరా ఉన్న వాటినన్నింటినీ పరిశీలించి చూడటం ద్వారా ప్రారంభిస్తారు. మీ కార్యాలయంలో మీరు మీ పనిని ప్రారంభించడానికి అవసరమైన వినియోగదారుల ఫైళ్ళు వుండటాన్ని మీరు గమనిస్తారు. మీ శిక్షకుడూ, మీ కంపెనీ ఈ సమాచారాన్ని మీతో పంచుకోవాలని అనుకొనే

అవకాశాలు అధికంగా ఉన్నాయి. కాబట్టి మీరు సేవ, మధ్యవర్తి ప్రాతిపదికపై వారిని సంప్రదించడం ప్రారంభించడం ద్వారా ఈ కార్యసాధనకు నాంది చేయవచ్చు.

వృత్తి పనిలో నైపుణ్యం వున్న విక్రేతలు ప్రారంభదశలో వున్న వారైనా లేక అనుభవం కలిగినవారైనా కొనుగోలుదార్ల అన్వేషణకు 'డేగచూపు పరిశీలన' విధానాన్ని అవలంబిస్తారు. వాహనంలో చుట్టుప్రక్కల విహరిస్తున్నప్పుడు వెంట టేప్‌రికార్డరును వుంచుకున్నట్లయితే, కొనుగోలు చేయగల వారిని మీరు చూడగలుగుతారు. బిల్ బోర్డులు, స్టోర్‌ఫ్రంట్లు, ప్రచార ప్రకటనలు ఇంకా కొనుగోలుదారు కాగలిగిన దేనినైనా రికార్డు చేయవచ్చు. తద్వారా తీరిగ్గా చిరునామా, ఫోను నెంబర్లు తదితర వివరాలను చూడవచ్చు.

డన్ అండ్ బ్రాడ్ స్ట్రీట్ సంస్థ వారు ప్రధాన వ్యాపారరంగం, ముఖ్య కార్యనిర్వాహణాధికారి (సి.ఇ.ఓ) పేరు ఉద్యోగుల సంఖ్య, వ్యాపారం అంచనా పరిమాణం వంటి అంశాలకు సంబంధించిన సమాచారాన్ని లభింపచేస్తారు. అధిక సమాచారం కోసం zapdata.com. ని ఆశ్రయించండి.

ఈ గ్రంథాలయంలో 'కాంటాక్ట్స్ ఇన్‌ఫ్లూయెన్షియల్: కామర్స్ అండ్ ఇండస్ట్రీ డైరెక్టరీ' అనే మూలాధార గ్రంథం ఉంది. అందులో ఏయే మార్కెట్టు ప్రదేశాలలో ఏయే వ్యాపారాలు సాగుతున్నదీ తెలిపే సమాచారం, కీలకవ్యక్తుల పేర్లు తదితర వివరాలు లభిస్తాయి. ఒకవేళ మీరు ఒక వ్యాపారం నుంచి మరో వ్యాపారానికి మారాలనుకుంటున్నట్లయితే ఆ వీధిలో సాగుతున్న అన్ని వ్యాపారాలను గురించి తెలుసుకొనే మంచి అవకాశం మీకు వుంటుంది. అంతే కాకుండా సి.ఇ.ఓ పేరు కూడా తెలుస్తుంది.

ఛాంబర్ ఆఫ్ కామర్స్, బెటర్ బిజినెస్ బ్యూరో వారి వద్ద కూడా సంబంధిత సమాచారం లభిస్తుంది. మీరు 'ఇన్‌హోమ్' విక్రేత అయినట్లయితే మీకు చాలా

పవర్, లైట్ కంపెనీల నుంచి వారు ప్రారంభించిన కొత్త సర్వీసులకు సంబంధించిన సమాచారం లభిస్తుంది. వార్తా పత్రికలలో వెలువడే ప్రకటనలను జాగ్రత్తగా పరిశీలించినట్లయితే కాగల కొనుగోలుదార్లను గురించి తెలుస్తుంది. శిశు జననాలకు సంబంధించిన సమాచారం చిన్నారులకు సంబంధించిన ఉత్పత్తులు, అదనపు భీమా అవసరాలను సూచిస్తుంది. వివాహాలకు సంబంధించిన సమాచారం వివాహ సంబంధ పనులు, వస్త్రాలు, గృహోపకరణాలు, భీమా, ప్రయాణ సదుపాయాలు, హోటల్ లేక మోటల్ వసతి వంటి సంబంధిత అవసరాలను తీర్చడానికి తీసుకోవలసిన చర్యలకు అవకాశాలు లభింపజేస్తాయి. ఉన్నతాధికారులయిన ఎగ్జిక్యూటివ్‌ల పదోన్నతులు, విశాల వసతిగృహాలు, విస్తృతీకృత ఉడువులు, క్లబ్ సభ్యత్వం, పెట్టుబడి ప్రణాళికలు, వాహనాలు కార్లు, వ్యక్తిగత కంప్యూటర్లు ఇంకా అనేక ఇతర వస్తువుల విక్రయాలకు మంచి అవకాశాలు ఏర్పడతాయి. మీ ఊహాశక్తి, పరిశీలనా పటిమను బట్టి పైన పేర్కొన్న అవకాశాల పరిమాణం ఆధారపడి వుంటుంది.

సంబంధిత పరిశ్రమలు

మీరు విక్రయించే ఉత్పత్తులకు సంబంధిత పరిశ్రమలు మిత్ర సంస్థలు కానీ, కొనుగోలు సంస్థలు కానీ కావచ్చున్న విషయాన్ని జ్ఞప్తికి పెట్టుకోండి. పరస్పరం సరఫరా చేసుకోవడానికై మార్కెటింగ్ బృందాన్ని ఏర్పాటు చేసుకోవడం సహజసిద్ధ సంబంధ బంధం కావడంతో పాటుగా ఉభయత్రా ప్రయోజనకరమైనది కూడాను.

కమ్యూనికేషన్ల వ్యవస్థకు సంబంధించిన నా సహచరుడైన ఒక విక్రేత అదే రంగానికి సంబంధించిన సామగ్రి విక్రయిస్తున్న మరో వ్యక్తితో కలిసి పనిచేసినప్పటికీ పూర్తిగా విభిన్నమైన సేవలను లభింపజేశాడు. వారుభయులూ

ఒకరికొకరు సహాయకారులుగా గొప్పగా నిలిచారు. ఇక్కడ వారిలో ఎవరు తొలుత కొనుగోలుదారును దర్శించారన్నది అప్రస్తుతం.

కొనుగోలుదార్ల అన్వేషణకు తోడ్పడే సూచనలు

కొత్తకొనుగోలుదార్ల అన్వేషణను ప్రారంభించడానికి మీరు ఎంతో కాలం నిరీక్షిస్తారు. సరికొత్త కొనుగోలుదారు మనస్తత్వాన్ని గురించి కొద్దిగా చెప్పుకోవలసి ఉంది. ముఖ్యంగా అతడు మీకు ఇప్పుడిప్పుడే ఉత్సాహి అయిన మధ్యవర్తి ద్వారా పరిచయమైన వ్యక్తి అయినట్లయితే దీని అవసరం ఎక్కువగా ఉంటుంది. ఆ కొనుగోలుదారును చూడడానికి మీరు సాధ్యమైనంత త్వరలో వెళ్ళవలసిందిగా నేను ప్రోత్సహిస్తాను. ఒక వారం రోజులు గడిచిన తర్వాత అయినట్లయితే అతని విషయంలో మీరు ఇప్పుడున్నంత ఉత్సాహం చూపించరు. అంటే అమ్మకం సంబంధంగా మీరు అతనిని పూర్తిగా ప్రభావితం చేయలేకపోతారు. అతని అవసరాలలో మార్పు రాకపోయినప్పటికీ తన పేరు మీరు కలవాలనుకున్న వాని జాబితాలో ఉన్నదని అతనికి తెలియకపోయినప్పటికీ ఇది జరుగుతుంది.

ముగింపు

ఇష్టపడే కొనుగోలుదార్లను తెలుసుకోవడం ఎలాగో మీకు తెలిసిపోయింది. కాబట్టి ఇప్పుడు ఏమి చేయబోతున్నారు? "అమ్మకాలకు పిలుపునిస్తాను" అని మీరు అన్నట్లుయితే మీరిచ్చిన సమాధానం సరైనదవుతుంది. ఏమైనప్పటికీ, కొంతమంది అనంతర చర్యలు తీసుకోవడంలో విఫలమవుతారు. అమ్మకాల పిలుపునకు సంబంధించిన అయిష్టత, సంశయాలు, సమస్యలు, సాధక బాధకాలను అధిగమించడం ఎలాగన్న విషయాలను తేటతెల్లం చేసే ఈ తరువాతి అధ్యాయం చదివితే మీరు మీ కార్యక్షేత్రంలో ముందుకు సాగడానికీ, మీ సత్సంకల్పంలో విజయం సాధించడానికీ చాలా తోడ్పాటు లభిస్తుంది.

4

పిలుపు అయిష్టతను సమర్థంగా ఎలా అధిగమించవచ్చు

గర్వించవలసిన విక్రయ వృత్తిలోనికి ప్రవేశించేవారిలో కొందరు అమ్మకపు పిలుపును అంటి పెట్టుకొనివుండే ఆతృత ఉద్వేగంలాంటి భావాలను విస్మరిస్తారు. అయితే ఒక శుభవార్త ఏమిటంటే, మీరు ఆతృతా భావాన్ని మీకు ప్రతికూలంగా కాక అనుకూలంగా వినియోగించుకొని పిలుపు అయిష్టతను అధిగమించిన విజేతల బృందంలో స్థానం సంపాదించుకోవచ్చు. ప్రసిద్ధ వక్తృత్వ సంస్థ "టోస్ట్‌మాస్టర్స్ ఇంటర్నేషనల్ సభ్యులైన నా మిత్రులు పేర్కొన్నట్లు "మీరు సీతాకోక చిలుకలను వదిలించుకోలేరు. కాని మీరు వాటిని రూపాత్మకంగా ఎగరనివ్వగలుగుతారు"

నిజం చెప్పాలంటే, అమ్మకం పిలుపునివ్వడంలో మీకు ఆతృతాభావం లేనట్లయితే మీరు విజయం సాధించే అవకాశాలు చాలావరకు క్షీణిస్తాయి. మనిషి శరీరం ఆరోగ్యంగా వుండి సరిగ్గా పనిచేస్తున్నట్లయితే, జీవితంలో విజేతగా నిలవడానికి అవసరమైన అన్ని రసాయనికాలను సమకూర్చగలిగిన అంతర వ్యవస్థ శరీరంలో ఏర్పడుతుంది. మనం ఆతృతతో ఉన్నప్పుడు పిట్యూఇటరీ గ్రంథి ఆడ్రెనలైన్‌ను

ఉద్భవింపజేస్తుంది. కాగా అది మన మానసిక శారీరక శక్తిని పెంపొందిస్తుంది. మీ ఆతృత ప్రతికూల అంశం కాక, సానుకూలమైన అంశమేననే వాస్తవాన్ని గ్రహించినప్పుడు మీరు పిలుపు అయిష్టతలో చాలా ముఖ్యమైనదైన 'నీవు' పై దృష్టిని కేంద్రీకరించడానికి దోహదం చేకూరుతుంది.

అమ్మకం రంగంలో నిష్ణాతులైన వారి అభిప్రాయం ప్రకారం విక్రేతలందరిలోనూ 84 శాతం మంది వరకు ఎంతో కొంత పరిమాణంలో పిలుపు అయిష్టతను ప్రదర్శిస్తున్నవారున్నారు. ఈ భయాందోళనను భిన్న విధానాలలో కనిపింపజేస్తున్నారు. కాగా వాటిలో తాత్సారం చేయడం, వాయిదా వేయడం అన్నిటికన్న అధికంగా జరుగుతున్నది. ఈ జాగు సమస్య పెరగడానికి కారణమవుతున్నది. విక్రేత, ప్రజలను ఎదుర్కోవడానికి బయలుదేరే ముందుగా తప్పకచేయాలనే అత్యవసరం కాని పనులను సృష్టించినప్పుడు పిలుపు అయిష్టత ఏర్పడుతున్నది.

అనేక విధాలుగా ప్రజలతో మాట్లాడటానికి భయపడే స్వభావం చాలా వరకు స్వీయ వ్యక్తిత్వానికి సంబంధించిన అంశం. విక్రేత ఏ వ్యక్తినీ ఎక్కువ లేక తక్కువ చేసి చూడకపోవడం నేర్చుకోనంతవరకూ భయం కొనసాగుతుంది. మీరు లభింపజేసే సేవకు సంబంధించినంత వరకు మీరే నిష్ణాతులు. కొనుగోలు చేయవలసిన వ్యక్తికన్నా అనుభవం, పరిజ్ఞానం, నైపుణ్యం వంటివి మీకే ఎక్కువగా ఉన్నాయి. తెలిసీ తెలియని అంతంతమాత్ర పరిజ్ఞానంతోనే వ్యవహారం సాగించడం ఈ రోజుల్లోఎక్కువైంది ప్రతివ్యక్తీ శక్తిమంతుడేనన్న విషయాన్ని విక్రేతలు గ్రహించి తమ వృత్తినైపుణ్యాన్ని పెంపొందించుకోవాలి.

విశ్వాసాన్ని పెంపొందించుకోవాలి

మీలోని శక్తిసామర్థ్యాలను గ్రహించగలగడానికి అనుసరించవలసిన ఒక మంచి మార్గం మీరు విజేతలుగా నిలిచిన కాలాల నాటి 'వీడియో ప్లేయర్'లోని

టేపులను మీ మస్తిష్కంలో మళ్లీ తిరిగింపజేసుకోవడమే. ప్రతి ఒక్కరికి కార్య సాధనకు సంబంధించిన ఈ పునశ్చరణ అవసరం. విజయం చేపట్టినప్పటి ఏదైనా లేక అన్ని అనుభవాలను నెమరువేసుకోండి. ఒక భారీ అమ్మకం, విజయం పొందిన వాద్యసంగీత ప్రదర్శన, బ్యాండ్ లేక క్రీడావిన్యాసం, మీరూ మీ కుటుంబసభ్యులూ అమిత వాత్సల్యభావంతో అత్యంత సాన్నిహిత్యాన్ని అనుభవించినప్పటి ఆనందం, మీ అసాధారణ కార్యానిర్వహణ సామర్థ్యానికి దీటైన గుర్తింపు లభించినప్పటి సన్నివేశం. మీకు తర్వాత స్వకీయంగా సందేహం కలిగినప్పుడు ఉజ్వల సానుకూల సంఘటనల సమాహారమైన టేప్‌ను తిరిగి తిరిగించి ఆస్వాదించండి.

తర్వాత మీరు గుర్తించవలసిన అంశమేమిటంటే, మీ దగ్గర కొనుగోలు చేసేవ్యక్తి ఎంత గొప్పవిజేత, ధనవంతుడు, శక్తి సంపన్నుడైనప్పటికీ అతను కూడా మీరు నేను చేస్తున్నట్లుగానే పొరపాట్లు చేస్తాడని. ఎవ్వరూ కూడా తమ జీవితంలో నూటికి నూరుశాతం విజయవంతులు కాలేరు. సాధారణం సూత్రంగా నా అనుభవం ఏమిటంటే, ఒక వ్యక్తి తన జీవితంలో ఎంత ఎక్కువగా సఫలీకృతుడైతే అంత అధికంగా అవరోధాలను అధిగమిస్తాడు. పొరపాట్లు, ఎదురు దెబ్బల వంటివి సరేసరి. కొనుగోలుదారు మానవమాత్రుడని మీరు గ్రహించినప్పుడు మీరు భయపడిపోయే అవకాశం తగ్గుతుంది.

సరైన ఆలోచన

ఆవేదన తగ్గించడం లేదా నిర్మూలించడం కోసం అనుసరించవలసిన రెండవమార్గం ఏమిటంటే, భావాన్ని బదిలీ చేయడంగా విక్రయాన్ని గ్రహించడం. మీరు మీ స్వీయ సూత్రాన్ని సానుకూలరీతిలో అభివృద్ధి పరచుకోవడానికి వీలుగా మీ పైనే దృష్టిని కేంద్రికరించడాన్ని నేర్చుకున్న తర్వాత మీరు ఒక విషయాన్ని గ్రహించవలసిన అవసరం వుంది. అదేమిటంటే వృత్తి నైపుణ్యం

కలిగిన విక్రేతలుగా ప్రసిద్ధిపొంది ఘనవిజయాలెన్నో సాధించిన వారు కొనుగోలుదారును తమ దృష్టిని కేంద్రీకరించవలసిన వ్యక్తిగా భావించి కలుసుకొంటున్నారు. డబ్బు ప్రేరణాత్మకమైన అంశమవుతుంది. అవును, మీరు ఆర్థికంగా వృద్ధిజెందనట్లయితే ఈ వ్యాపారంలో కొనసాగరు. కాని మీరు కేవలం డబ్బుకోసమే అమ్మకాల పిలుపులకు బయలుదేరినట్లయితే మీరు ఎక్కువ సందర్భాలలో అమ్మకాలు జరగకుండానే వెనుదిరగవలసిన పరిస్థితి రావచ్చు.

మీరు డబ్బు మీదనే దృష్టిపెట్టినట్లయితే లేక మీకు అమ్మకం జరపగల ఆర్థికస్తోమత వున్నట్లయితే మీరు మీ మీదనే అనుచితమైన ఒత్తిడి పెంచి, మీ ఆతృతా భావాన్ని పెంపొందించి స్వాభావికంగాగట్టి ఒత్తిడి చేస్తారు. లేదా మీ అవసరాలపట్ల అతిగా ఆరాటం కనబరుస్తారు.

తమ వృత్తిపనిలో నిపుణులైన విక్రేతలుగా విజేతలైన అమ్మకందార్లు విక్రయపిలుపులను కొనుగోలుదారు ప్రయోజనార్థం చేపట్టుతారు. అలాగే తమ వ్యక్తిగత లబ్దినికూడా ఆ కార్యసాధన ద్వారా పొందగోరుతారు. ఇతర వ్యక్తులు తాము కావాలనుకుంటున్న దానిని పొందగలడంలో మీరు మీ వంతు సహాయాన్ని మాత్రమే చేసినట్లుయితే మీరు మీ జీవితంలో ఆశిస్తున్న వాటినన్నింటినీ సమకూర్చుకో గలుగుతారు. ఆవేదనను అధిగమించడానికి మూడవ అడుగు చర్యలలో భాగంగా పైన పేర్కొన్న సత్కార్యాన్ని గురించిన ఆలోచనను మనస్సులో ముద్రించుకోవాలి.

టెలిఫోన్ జంకు

టెలిఫోన్ అంటే భయపడే విక్రేతకన్న టెలిఫోన్‌ను ఫలప్రదంగా వినియోగించుకొనగలిగే విక్రేత సమర్థ అమ్మకందారుగా ఆవిర్భవిస్తాడు.

ఫోన్ చేయడానికి గల కారణాన్ని లక్ష్యాన్ని నిర్ధిష్టపరచుకోక పోవడమే ఫోన్ పిలుపు పట్ల భయం నెలకొనడానికిగల ప్రధాన కారాణాలలో ఒకటి. మీరు మార్కెట్ సర్వే చేయాలనుకుంటున్నారా? అమ్మకం జరపదలిచారా? ఈ విధంగా మీకు ఒక ఖచ్చితమైన కారణం తెలిసినప్పుడే మీరు 'స్మైల్ అండ్ డైల్'లో ఉత్సాహంగా పాల్గొనగలుగుతారు. ఇది సాధారణమైనదిగా కనిపిస్తున్నప్పటికీ ప్రాధాన్యతవున్న అంశం. మీరు టెలిఫోన్ ఎందుకు చేస్తున్నదీ నిర్ధారించుకోండి.

నేను విక్రేతగా గడిపిన ఇన్ని సంవత్సరాల జీవితకాలంలో ఎప్పుడూ కూడా, చాలామంది అమ్మకందార్లు పేర్కొంటున్నటువంటి 'కోల్ట్‌కాల్' అనే దాని కోసం ఆదుర్దాతో ఎదురుచూసినట్లు నాకు జ్ఞాపకంలేదు. అయితే పనిలో నిమగ్నమై పలు పర్యాయాలు ఫోన్లు చేసినప్పుడు నేను అమ్మకాలకు మరింత దగ్గరగా చేరుకొనగలిగినట్లు నాకు జ్ఞప్తికి వుంది. దానిని దృష్టిలో పెట్టుకొని నేను టెలిఫోన్ చేయడానికి సంకోచించలేదు, వెనుకాడలేదు. బయలుదేరడానికి సమయాన్ని నిర్ణయించుకొని ఖచ్చితంగా నిర్ణీత సమయానికే బయలుదేరి వెళ్లాను.

ఫోన్ పలకరింపునకు అనువైన సమయం

మీరు కలవాలనుకుంటున్న వ్యక్తిని సంప్రదించడం మీకు కష్టసాధ్యమవుతున్న సందర్భంలో మీకు చేసే ఒక ఉపయోగకరమైన సూచన ఏమిటంటే, అతనికి మీరు ఉదయం సమయంలోనే ఫోన్ చేయండి. (అయితే ఈ సూచనను కేవలం వ్యాపార కార్యాలయాలతో జరిపే పలకరింపుల విషయంలో మాత్రమే పాటించాలని కోరుతున్నాను. మీరు వ్యాపార సంబంధంగా మాట్లాడటానికి ఉదయం సమయంలో ఇంట్లో వున్నప్పుడు ఫోన్ చేసినట్లయితే మీ పని జరగకపోవచ్చు.) నిర్ణయాలు తీసుకొనేవారు చాలావరకు ఉదయం సమయంలో 6.30, 7.00 లేదా 7.30గంటల సమయంలో ఫోన్ చేసినవారికి సమాధానాలిస్తారు. అప్పుడు వారిలో శక్తి పరిమాణం ఎక్కువగా వుంటుంది.

బాగా ఔదార్యం చూపుతారు. మీ మాటలు వినడానికి ఇష్టపడతారు. మరో ముఖ్య విషయమేమిటంటే విధినిర్వహణ పట్ల తమలాగ నిబద్ధత వున్నవారిని వారు గౌరవిస్తారు, మెచ్చుకుంటారు.

మీరు కలవదలచిన వ్యక్తి వద్దకు వెళ్ళి, "మీతో మాట్లాడటానికి కొంచెం సమయం ఇస్తారా" అని అభ్యర్థించినప్పుడు అతడు "నిజం చెప్పాలంటే నాకు అస్సలు తీరికలేదు అయినా ఫరవాలేదు, ఏమి మాట్లాడదలిచారో చెప్పండి" అంటాడు. అప్పుడు మీరు మీ మనసులోని మాటలను గబాగబా వల్లవేయవద్దని నేను సూచిస్తున్నాను. ఎందుచేతనంటే, మీరు విషయ వివరణను వేగవంతంగా సాగించవలసిన పరిస్థితిలో తొందరపాటు వల్ల అందుకు సంబంధించిన కొన్ని ముఖ్య విషయాలనూ, వివరాలనూ చెప్పకుండా వదిలివేయడం జరగవచ్చు.

ఆ కారణంగానే మీకు ఆశించిన ఫలితం దక్కక పోవడం అనేక సందర్భాలలో జరగవచ్చు. కనుక మీరు ఆయనతో తిరిగి సంభాషించడానికి మరో సమయం నిర్ణయించుకోండి. మీ ఉత్పత్తిని గురించిన సమగ్ర సమాచారాన్ని తెలపడం మీకు చాలా ముఖ్యం. అసమగ్ర సమాచారం తెలిపినప్పుడు విషయం పూర్తిగా బోధపడనందున కొనుగోలుదారు అంతగా సుముఖత చూపకపోవచ్చు.

మీరు విషయాన్ని వివరిస్తున్నప్పుడు కాగితాలు తిరగేస్తున్న శబ్దం బాగా వినిపిస్తున్న సందర్భంలో లేదా వెనుక నుంచి అనుచితమైన చప్పుళ్లు వినిపిస్తున్న పక్షంలో కొనుగోలు చేయదలచిన వ్యక్తి మీరు చెబుతున్న విషయాలను శ్రద్ధాసక్తులతో వినడం లేదని భావించి ఆయన ఏమి చెబుతున్నాడో, ఏమి చెప్పడం లేదో జాగ్రత్తగా గమనించండి. మీరు అతనితో ఫోన్ సంభాషణ ప్రారంభించిన మొదటి కొన్ని సెకండ్ల సమయం అనువైన వాతావారణాన్ని కల్పించడానికి కీలకమైనది. కాబట్టి ప్రణాళికాబద్ధంగా వ్యవహరించాలని కోరుతున్నాను.

ఫోన్ సంభాషణతో విజయసాధనకు వస్త్రధారణ

మీరు మీ ఇంటిలో వుండికానీ లేదా మిమ్ములను ఎవ్వరూ చూడలేరని మీకు తెలిసిన ఏదైనా చోటులో వుండికానీ పని చేస్తున్నప్పుడు మీ వస్త్రధారణ సరిగా వుందా? ఆ రోజు ఉదయం స్నానం చేశారా? గడ్డం గీసుకున్నారా? మేకప్ చేసుకున్నారా? క్లుప్తంగా చెప్పాలంటే, పిలుపు కోసం మీరు నిజంగా శారీరంగా ముస్తాబయ్యరా? మానసికంగా చురుగ్గా వుండటానికి శారీరకంగా కూడా అలాగే వుండటం అవసరమని నిరూపించడానికి అనేక సాక్ష్యాధారాలు లభిస్తాయి. ఇది మీ ముఖం మెదడు, గళంలో మంచి మార్పును తెస్తుంది.

అమ్మకాలపై మీ ప్రసంగాన్ని చక్కగా చేశారా? మీరు విజేత అన్ని విషయాన్ని జ్ఞప్తికి తెచ్చుకున్నారా? అలాగే మీరు చాలా ముఖ్యమైన కార్యభారం వహిస్తున్నారన్న అంశాన్నీ, మీ ఫోను పిలుపు కోసం ప్రజలు వేచి చూస్తుంటారన్న విషయాన్ని కూడా మననం చేసుకున్నారా? మీరు చెప్పబోయే విషయాలకు వారు సానుకూలంగా స్పందిస్తారనే విశ్వాసం మీకు ఉందా? ఈ ప్రశ్నలన్నింటికీ సమాధానం 'అవును' అయినట్లయితే మీరు సాధించే ఫలితాలు నాటకీయంగా ఉత్తమంగా ఉంటాయి.

పిలుపు ఫలించడానికి ప్రణాళిక, సన్నద్ధత అవసరం

విజేతగా నిలువడానికి అవసరమైన ప్రతిభాసామర్థ్యాలు మీలో వున్నప్పుడు గెలుపును సాధించడం కోసం మీరు కార్యాచరణ ప్రణాళికను రూపొందించుకోవాలి, సంసిద్ధత వహించాలి. అప్పుడే మీకు గెలుపును ఆశించడానికి అన్ని విధాలా హక్కు ఏర్పడుతుంది.

మీరు కార్యాచరణం ప్రణాళికను సిద్ధం చేసుకున్నప్పుడు మీలో సంతృప్తి,

సంతోషం, ఆత్మవిశ్వాసం పెరిగి ఆనందాన్నిస్తాయన్న విషయాన్ని మీరు ఎప్పుడైనా గమనించారా? విజయం సాధించాలన్న ఆకాంక్ష గెలుపొందడానికి అవసరమైన ప్రయత్నాలు చేయకపోతే నెరవేరదన్న వాస్తవాన్ని మీరు జ్ఞప్తికి పెట్టుకోవాలి. ఈ రోజుకూ ఈ వారానికీ, నెలకీ, సంవత్సరానికీ, మీ వృత్తిపని నిర్వహణ కాలానికీ మీరు రూపొందించుకున్న ప్రణాళికలేమిటి? తక్కువ సమయంలో కొద్దిపాటి శ్రమతో అధిక పరిమాణంలో అమ్మకాలు సాగించాలని కోరుకోని విక్రేత ఎవ్వరూ నాకు తారసపడలేదు. సన్నాహకచర్యలను మరింత ఉధృతం చేసి ఇతోధికంగా ప్రయత్నించినప్పుడే అధికంగా అమ్మకాలు జరపగలగడం సుసాధ్యమవుతుంది.

సన్నద్ధత, శిక్షణ అంటే, బయటివారి నుంచి మీకు అందిన సమాచారాన్ని తీసుకోవడం, దానిని మీ పరిస్థితులకు అనుగుణ్యంగా వినియోగించుకోవడం, అది మీ స్వంతం అనిపించేటట్లుగా దానిని క్షుణ్ణంగా అభ్యసించడం, కార్యక్షేత్రంలో ఆ విధానాలను, వ్యూహాలను ప్రయోగించడం అని అర్థం చేసుకోవాలి. ఆ రోజు పనికి సిద్ధం కావడమంటే ఈ పుస్తకాన్నికానీ లేదా ఇలాంటి మరేదైనా పుస్తకాన్ని కానీ చదవడం లేదా అమ్మకాల శిక్షణ సదస్సు, చర్యల భాగాల రికార్డులను వినడం అని అనుకోవాలి.

ఫారెస్ట్ టెన్నెంట్, ఎం.డి, పిహెచ్.డి. జరిపిన పరిశోధనలో, విషయ వివరణ ద్వారా యత్నించినట్లయితే మరింతగా విజయాలు సాధించడానికి దోహదం చేకూరుతుందని వెల్లడైంది. డా. టెన్నెంట్ ప్రపంచంలోని అగ్రశ్రేణి డ్రగ్ నిష్ణాతులలో ఒకరు. ఆయన ఎన్.ఎఫ్.ఎల్, ఎన్.ఎ.ఎస్.సి.ఎ.ఆర్. ద లాస్ ఎంజెలెస్ డాడ్జర్స్ అబ్బట్ లెబొరేటరీస్, టెక్సాకో తదితర చాలా సంస్థలకు సలహాదారుగా ఉన్నారు.

నేను కాలిఫోర్నియా, అనహీమ్‌లో నిర్వహించిన ఒక సదస్సుకు హాజరు అయ్యారు. నేను నా ప్రసంగాన్ని ప్రారంభించడానికి ముందు, ఆయన ప్రేక్షకుల్లోని

అయిదుగురు వ్యక్తుల నుంచి వారి రక్త నమూనాలను సేకరించారు. నాలుగు గంటల పిదప సదస్సు ముగిసిన తర్వాత ఆయన తిరిగి అదే అయిదుగురు వ్యక్తుల నుంచి రక్త నమూనాలు తీసుకున్నారు. ఎండార్ఫిన్ కార్టిసాల్‌ల మాటల పరిమాణం 300 శాతం పెరిగింది. అప్పటి నుంచి టెన్నంట్ మరికొన్ని ప్రయోగాలు చేసి వాటి ఆధారంగా కొనుగొని వెల్లడించిన విశేషాంశాలు ఇవి:

> ఈ ప్రసంగాలు విన్న తర్వాత ప్రజలకు బయోకెమికల్ ప్రాతిపదిక కారణంగా మంచి అనుభూతి కలుగుతుంది. విజయాన్ని గురించిన విశేషాలు విన్నప్పుడు మనం ఉద్వేగానికి లోనవుతాము. అప్పుడు ఆ రసాయనాలు రక్తప్రవాహంలో విడుదల అవుతాయి. దాని ఫలితంగా శరీరం బాగా పనిచేస్తుంది. ఈ పరిణామ ప్రక్రియ ప్రభావం కొన్ని గంటలకు మించి కొనసాగలేదు. విషయ వివరణతో ప్రభావితం, కార్యాన్ముఖం చేసే ప్రక్రియను క్రమం తప్పకుండా అనుసరించడం వల్ల ఆరోగ్యం, ఆనందం, విజయం ద్విగుణీకృతమవుతాయి.

మీలో శక్తి, విశ్వాసాలు ఉన్నతస్థాయిలో ఉన్నప్పుడు, సంపన్నులనూ పేరు ప్రతిష్టలున్నవారినీ కలుసుకోకూడదనే సహజ స్వభావం క్రమేణా తగ్గుతూ పూర్తిగా సమసిపోతుంది. బయటికి వెళ్ళి, మీకు అర్థవైనటువంటి విజయవంతమైన, ఆరోగ్యప్రదమైన జీవితాన్ని మీరు గడపడానికి దోహదం చేసే దృక్పథాన్నీ, అలవాట్లనూ పెంపొందించుకోండి.

పిలుపు అయిష్టతను అధిగమించడానికి ముఖ్యమార్గం

పిలుపు పట్ల అయిష్టతను అధిగమించడానికి అనుసరించవలసిన చాలా ముఖ్యమైన, అత్యావశ్యకమైన మార్గాన్ని అఖరున చెప్పడానికి అట్టిపెట్టాను.

నేను పూర్తిస్థాయిలో విక్రేతగా వృత్తి బాధ్యతలను నిర్వహించడానికి పూర్వం నాకు సమయ పాలన ఒక సమస్యకాలేదు. కాని పూర్తి సమయం విక్రేతగా పనిలో చేరిన తర్వాత కంపెనీ వారందరి నుంచి 50 మైళ్ళు దూరంలో వున్న ప్రదేశానికి వెళ్ళవలసి వచ్చింది.

మా మేనేజర్‌ను ప్రతి సోమవారం నాడు ఉదయం సమయంలో జరిగే అమ్మకాల సమావేశంలో మాత్రమే కలుసుకొనేవాడిని. అయితే తరచుగా ఆయనతో ఫోనులో మాట్లాడేవాడిని. సారాంశంగా చెప్పాలంటే ప్రతిదీ నా స్వాధీనంలోనే వుండేది. వ్యక్తిగత స్వేచ్ఛను పూర్తిగా అనుభవించాను. పనికి వెళ్ళడానికి నిర్ణీత సమయమేదీలేదు. పని పూని చేయడానికి గడువేదీ లేదు. కార్యనిర్వహణ సందర్భంలో ఎలాంటి ఆదేశాలూ లేవు. అయితే దానితో వచ్చిన ఒకే ఒక్క సమస్య ఏమిటంటే అమ్మకాలు లేవు, డబ్బు రాలేదు. నా ప్రధాన సమస్యలు సంస్థకూ, క్రమ శిక్షణకూ సంబంధించినవనవచ్చు.

ఆనాటి తొలి సంవత్సరాలలో నేను కూడా ఆత్మగౌరవ సమస్యతో తీవ్రంగా బాధపడ్డాను. నేను చెప్పదలచిన మాటలు వినడానికి ఎవరైనా నిరాకరించనప్పుడు పూర్తిగా వ్యక్తిగత అవమానంగా భావించాను. కొనుగోలుదారు నుండి వచ్చిన వ్యతిరేకతను నా వ్యక్తిగత వైఫల్యంగా భావించడం వల్ల నా పరిస్థితిని పునఃపరిశీలన చేసుకుంటూ కొంతసేపు అసంతృప్తికి గురి కావడం, కొంతసేపు ఆలోచనలో పడటం, కొంతసేపు నా పైన నేను జాలి పడటం, కొంతసేపు భవిష్యత్‌ను గురించి ప్రణాళికలు వేయడంలో నిమగ్నం కావడం జరిగాయి. ఈ విపరీత భావనలను అన్నింటినీ కలగలిపి పరిశీలిస్తే కొనుగోలుదారులోని తీవ్ర వ్యతిరేకత, అవాస్తవికత మాత్రమే నాకు కానవస్తున్నాయి.

ప్రజలు నేను వారికి చెప్పదలచిన విషయాన్ని చెప్పనీయకుండా చేసినపుడు, నేను వారికి ఇచ్చిన అద్భుతమైన అవకాశాన్ని వారు తిరస్కరించినపుడు వారు

తిరస్కరించినది వ్యక్తిగతంగా నన్ను కాదని, ఎవరైన నాకు నచ్చచెబితే ఎంతో బాగుండును కదా అని నాకు అనిపిస్తుంది. నిజానికి కొనుగోలుదారు దృష్టిలో ఉన్నది వర్తక పరమైన వ్యతిరేకత మాత్రమే తప్ప నేను చేసిన ప్రతిపాదనా విధానం పట్ల కాదు అని స్పష్టం అవుతుంది.

కొనుగోలుదార్లకు నా ప్రతిపాదన పట్ల ఆసక్తి లేకపోవచ్చు. లేదా కొనుగోలు చేయడానికి కావలసినంత డబ్బు లేకపోయి వుండవచ్చు. వారు ఏ విక్రేత ప్రతిపాదనలనైనా నిరాకరించి వుండేవారే. ఆ రోజుల్లో, సమయపాలన ప్రాధాన్యతను గురించి ఎవరైనా నిష్టాతుడు వివరిస్తే బాగుంటుందని నాకూ అనిపించింది. రెండున్నర సంవత్సరాలపాటు అమ్మకాలు జరుపుతూ వృత్తిపర నైవుణ్యం కలిగిన విక్రేతగా ఈ ప్రపంచంలో మనగుడ సాగిస్తున్న నాజీవితంలోనికి పి.సి మెర్రెల్ ప్రవేశించారు. మెర్రెల్ మన అమ్మకాలు శిక్షణ కార్యక్రమాలను అభివృద్ధి పరిచారు. అమ్మకాల రంగంలో చాలా రికార్డులు నెలకొల్పారు. ఆయన అద్భుత ఆదర్శప్రాయుడు. ఒక్క మాటలో చెప్పాలంటే, నాకు నిజంగానే ప్రతిభా సామర్థ్యాలు ఉన్నాయనే విషయాన్ని నేను అంగీకరించేటట్లు ఆయన ప్రయత్నించారు. వాస్తవానికి నాలో జాతీయ ఛాంపియన్‌గా ఆవిర్భవించగల సత్తాకూడా వుందన్న సంగతిని సైతం నాకు నిజమేననిపించేంత నమ్మకంగా వివరించారు. నేను శక్తిసామర్థ్యాలను వినియోగించుకొని సత్ఫలితాలు సాధించడంకోసం ఆత్మవిశ్వాసాన్ని పెంపొందించుకొని క్రమ బద్ధమైన కార్యక్రమాన్ని కార్యాచరణ ప్రణాళికను రూపొందించుకొని, క్రమశిక్షణతో ఆచరణలో పెట్టడానికి శాయశక్తులా ప్రయత్నించాలని కూడా ఆయన ఉద్బోధించారు.

ఆయన ప్రత్యేకంగా ఒక ముఖ్య సూచన కూడా చేశారు. సాయంత్రం పూట నేను నా పనిని ఏ సమయంలో ముగించినప్పటికీ దానితో నిమిత్తం లేకుండా, నా మొట్టమొదటి కొనుగోలుదారును మార్నాడు ఖచ్చితంగా అదే సమయంలో కలుసుకోవడానికి గట్టిగా నిర్ణయించుకొని దానిని అమలు పరచాలని ఆయన

నాకు సూచించారు. సమయం విషయంలో తేడావచ్చినప్పటికీ సమంజసమైన పరిమితిలోగా ఇతర ఎన్ని చిన్న అడ్డంకులు అవరోధాలు, అంతరాయాలు ఎదురైనప్పటికీ కొనుగొలుదారును కలుసుకొనడానికి సంబంధించిన కార్యాచరణకు పూర్తిగా కట్టుబడి దానిని తప్పనిసరిగా నెరవేర్చాలని ఆయన నొక్కిచెప్పారు. ఈ సూచన చాలా సామాన్యమైనదైనప్పటికీ జీవితంలోనూ, అమ్మకాల్లోనూ విజయాలు చేకూరడానికి దోహదపడుతుందని నేను భావిస్తున్నాను. చిన్న పనులు కూడా పెద్ద మార్పును తేగలుగుతాయనడానికి ఆ కార్యాచరణ తార్కాణంగా వుంటుందనవచ్చు. యాజమాన్యం ప్రత్యక్ష పర్యవేక్షణలో లేని విక్రేతలు తమ పనికి నిర్ణీత సమయంలో క్రమబద్ధంగా హాజరు కావటం లేదు. వారు విఫలం జెందుతుండటానికిగల ప్రధానకారణాలలో ఈ వైఫల్యం ఒకటి. వ్యవస్థీకృత కృషి, క్రమశిక్షణ, నిబద్ధత– ఇవి అధికోత్పత్తి నిరంతరాయంగా జరగడానికి తోడ్పడతాయి.

ఈ అధ్యాయంలో లేక ఈ పుస్తకంలో మీకు ఏమీ లభించకపోయినట్లయితే ఈ కీలకాంశంపై నేను చెప్పేది వినండి. ప్రతిరోజు అదే సమయంలో ఒక కొనుగోలుదారును కలుసుకోవడానికి మీరే స్వయంగా నిర్ణయించుకోండి. దానికి సంబంధించి ఒక కార్యాచరణ ప్రణాళికను రూపొందించుకోండి.

మీరు నిర్ణయించుకున్న సమయం వచ్చినప్పుడు ఆ కొనుగోలుదారు దగ్గరికి వెళ్లండి లేదా ఫోను చేయండి. నేను అలా వ్యవహరించినప్పుడు అమ్మకాల ఫలితాలు అద్భుతంగా ఉన్నాయి. దీనికిగల కారణం స్వల్పమైనదైనప్పటికీ మనస్తత్వానికి గాఢంగా సంబంధించినది. తర్కం భావావేశాన్ని మార్చలేదు కాని కార్యాచరణనను మార్చగలుగుతుంది. పిలుపు పట్ల అయిష్టత మనోగతమైనది. కాగా దానిని తర్కంతో ఏకరీతిగా అధిగమించడం సాధ్యపడదు. కాబట్టి కార్యాచరణకు ఉపక్రమించండి. తర్కంతో కార్య నిర్వహణకు ఊతమివ్వండి. అప్పుడు మీరు అమ్మకందారుగా అవశ్యం విజేతలుగా నిలుస్తారు.

5

వ్యూహాత్మకంగా అమ్మాలి అనిశ్చితంగా చేయరాదు

కొనుగోలుదారు వద్దకు ఒక కరపత్రంతో వెళ్ళి, "దీనిలో మీకు నచ్చింది ఏమైనా ఉంటే చెప్పండి"–అనే ధోరణితో వ్యవహరిస్తే ఏమీ ప్రయోజనం లేదు. ఈ పద్ధతిలో అప్పుడప్పుడు ఏ కొద్దిగానో అమ్మగలుగుతారు కానీ జీవనాధారానికి చాలినంత ఆదాయాన్ని సాధించలేరు. అంతేకాక మీరు మీ ఉద్యోగ వ్యవస్థను పటిష్ఠంగా నిర్మించుకోలేరు అనేది నిజం.

ప్రస్తుత విపణి ప్రపంచచరిత్రలో ఇదివరలో ఎన్నడూ లేనంత హెచ్చుగా అతి సమర్ధవంతంగా అమ్మకం చేయడానికి అవసరమైన విధానాలను అనుసరిస్తోంది. రాక్షసిబల్లి (డైనొసార్) వంటి ఆకర్షణలు చూపి తమ ఉత్పత్తులు అమ్మే రోజులు చెల్లిపోయాయి. అలాగే విక్రేత వింత వేషం ధరించి ప్రజల మధ్య నిలబడి కొందరిని చేతితో వీపుపై తట్టి చాలా సన్నిహితుడుగా పలకరిస్తూ, తన ఉత్పత్తిని గురించిన విశేషాలను గుక్కతిప్పుకోకుండా వడివడిగా చెబుతూ, అందరికీ నవ్వు తెప్పించే జోకులు వేస్తూ, ఇవన్నీ మీకోసమే తెచ్చాను అంటూ ప్రజలను ఆకర్షించే విధానం ద్వారా విజయం సాధించే అవకాశాలు కూడా ఇప్పుడు లేవు.

ఈనాటి విక్రేత విజయం సాధించడానికి విస్పష్టమైన కార్యాచరణ ప్రణాళిక కావాలి. అమ్మకం విధానం ఉత్పత్తులను గురించిన, పరిస్థితులతులలోని మార్పులను గురించిన ప్రచారానికి అతీతంగా, శ్రేష్ఠంగా ఉండాలి.

నాలుగు మెట్ల విధానం

దిజిగ్లర్ ట్రెయినింగ్ సిస్టమ్ రూపొందించిన ప్రణాళికాబద్ధ విక్రయ కార్యక్రమం నాలుగుమెట్ల విధానంతో కూడుకొని ఉంది. మొదటిమెట్టు అవసరాల విశ్లేషణ, రెండవది అవసరాల పరిజ్ఞానం, మూడవది అవసరాల పరిష్కారం, నాల్గవది అవసరాల సంతృప్తి సాధన. ఒక్కొక్కమెట్టు పైన గడపవలసిన కాలాల్లో వ్యత్యాసం ఉండవచ్చు. కాని మీరు అమ్మకంలో విజయం సాధించగలిగేవారయినట్లయితే ఈమెట్లలో ప్రతిదానితోనూ ఏదో ఒక రీతిలో అనుబంధింపబడి వుంటారు.

మొదటి మెట్టు :అవసరాల విశ్లేషణ

కొనుగోలుదారు ఇష్టాలపైనా, అతడి అవసరాలపైనా ఆధారపడే అమ్మకం విక్రేత అవసరాల విశ్లేషణ చేయడంతో ప్రారంభం అవుతుంది. కొనుగోలు దారులు మీ దగ్గరకే వచ్చి మీవద్ద లభించే ఉత్పత్తికై, సేవలకై అడిగినప్పటికీ వారు నిజంగా దేనికోసం ఎదురుచూస్తున్నారో వారికే సరిగా అర్థం కాని పరిస్థితిలోనే వారు ఉండటం జరిగివుండవచ్చు.

అవసరాల విశ్లేషణలో కనుగోలుదారు మనసులో ఏమున్నదో తెలుసుకోవడమే గమ్యం. అమ్మకం వృత్తిదారు కొనుగోలుదారుని మనస్సులోనికి చూచి., అతడి అవసరం ఏమిటో తెలుసుకొనే నేర్పరితనం కలిగి ఉంటాడు. అతని ప్రస్తుత అవసరాలు ఏమిటోకూడా తెలుసుకుంటాడు. ఈ అవసరాలు పైపైనే కనబడుతూ ఉండవచ్చు లేక కొద్దిగాలోపలనైనా ఉండవచ్చు. కాని అవసరాలు ఉంటాయి అనేది మాత్రం నిజం. అమ్మకం వృత్తిదారుగా మీ బాధ్యత (లేక

మీకు కలిగిన అవకాశం) ఏమిటంటే ఆ అవసరాలను బయటికి రప్పించగలగడమే.

మీరు కొనుగోలుదారుని అవసరాలను గురించి అన్వేషిస్తున్నప్పుడు అతడి కోర్కెలు బహిర్గతం అవుతాయి. ఇవి చాలా అల్పమైనవేలే అని వాటిని లెక్కచేయకుండా ఉండే తప్పు చేయకూడదు. ఎందువల్లనంటే కొనుగోలుదారులు వారి కోర్కెలను బట్టి, అవసరాలను బట్టి కూడా నిర్ణయాలు తీసుకుంటూ ఉంటారు. మనకు సంబంధించినంతవరకూ కోర్కెలను, అవసరాలను పరస్పరం మార్చదగినవిగా భావించాలి.

అవసరాలు, కోర్కెలూ –కారణాలు, సాకులు: ఈనాటి విజయవంతుడైన అమ్మకం వృత్తిదారు తన కొనుగోలుదారు ఇష్టాలు ఏమిటో, అవసరాలు ఏమిటో తెలుసుకోగలుగుతాడు. ప్రజలు ఏ వస్తువునైనా ఎందుకని కొంటారు? అంటే అది వారికి ఇష్టమైనదై ఉండవచ్చు. లేక అవసరమైనదైనా అయిఉండచ్చు. మనం కొనుగోలుదారుకు ఉత్పత్తిని ఎందుకని కొనాలో ఎందుకని కొనకూడదో తెలుసుకొనే అవకాశం ఇస్తే అతడు దాన్ని కొనేట్లు చేసే అవకాశాలు నాటకీయంగా, ఆశ్చర్యకరంగా మెరుగౌతాయి.

ఉదాహరణకు – ప్రజలు హోం కంప్యూటర్లు, సెల్‌ఫోన్లు కొనడానికి **కారణాలు** ఏమిటంటే – 1) వారు ఈ హైటెక్ ఉత్పత్తులు అంటే ఇష్టపడుతున్నారు. 2) ఇతర కుటుంబసభ్యులు, పెద్దతరహా వారి వద్ద ఈ ఉత్పత్తులు ఉన్నాయి అనేవి. వీటిని కొనడానికి వారు చెప్పే సాకులు ఏమిటంటే – 1) సౌకర్యవంతంగా ఉండటం 2) పరస్పర సమాచార విధానం బాగా మెరుగుకావడం. అంతేకాక ప్రతి సాకూ న్యాయమైనదే కావడం. కాని అన్నింటికన్నా అతి ముఖ్యమైన విషయం ఏమిటంటే ఇతరుల వద్ద ఈ వస్తువు ఉన్నది కాబట్టి మన దగ్గిర కూడా ఉండాలని కోరుకుంటూ ఉండటం.

అనుభవం చెప్పే పాఠం- చాలా ఏళ్ళ క్రితం నేను వంట సామగ్రిని అమ్ముతూ నేరుగా కొనుగోలుదారులకే అమ్మే వృత్తిని నిర్వహిస్తుండగా నా దగ్గర ఉన్న వంటసామగ్రి అవసరం ఎంతో ఉన్న ఒక కుటుంబాన్ని కలుసుకొని ఈ వంటసామగ్రిని గురించి వారికి వివరంగా చెప్పడం జరిగింది. నేను వారి భోజన పదార్థాల తయారీ ప్రదర్శనకు అవసరమైన పాత్రలూ, ఇతర సహాయకాలు ఎన్ని ఏవేవి కావాలో వాటి జాబితాను సిద్ధం చేశాను. ఆ సాధనాలు ఏవీ వారి వద్దలేవు. అలా వారి అవసరం చాలా గొప్పది కాబట్టి ఆ సాధనాలను వారి చేత కొనిపించడానికై ప్రయత్నిస్తూ దాదాపుగా రెండు గంటలు గడిపాను. ఆ గృహిణి, ఆమె భర్త - ఇద్దరూ ఒకే రీతిగా ఆ సాధనాల కొనుగోలును నేను ఎంత బలంగా సమ్మతింపజేయచూశానో అంత బలంగానూ నిరోధించారు- 'మా దగ్గర డబ్బులేదు. అబ్బో! ఇవి చాలా హెచ్చుఖరీదుగా ఉన్నాయి. మాకు అంతటి తాహతులేదు' అంటూ.

ఇక నేను నా మచ్చు వస్తువులను సర్దుకొని బయలుదేరబోతుంటే ఆ భర్తనుంచో, గృహిణినుంచో, నానుంచో ఆకస్మికంగా 'చైనా పింగాణీ' అనే మాట వెలువడి వినవచ్చింది. ఆ మాట వినరాగానే ఆ గృహిణి ముఖంలో కానవచ్చిన వెలుగును, ఆసక్తిని నేను ఇప్పటికీ మరిచిపోలేకపోతున్నాను. 'చైనా పింగాణీనా!' మంచి చైనా పింగాణీని నువ్వ మాకు ఇవ్వగలవా?' అని ఆమె అడిగింది.

'తప్పకుండా ఇస్తాను మేడమ్! మొత్తం ప్రపంచంలో అత్యుత్తమం అయిన చైనా పింగాణీని మేము అమ్ముతున్నాము' అని నేను ఆమెకు జవాబిచ్చాను.

అంతే- ఒక్క అరగంటలోగానే నేను వారికి ఇంతకుముందు అమ్మదలచిన వంట సామగ్రి అంతటికన్నా ఎక్కువ విలువైన ఆర్డరును ఈ 'చైనా పింగాణి' వస్తువులకై పొందగలిగాను. ఇప్పుడు మీరు కూడా నాతో జతకలిసి ఆలోచించండి. నిజానికి తనకు ఎంతో అవసరమైన వంటింటి సామగ్రి కొనుగోలుకై తన అసమర్థతను వెల్లడించిన వ్యక్తి తనకు రోజూ అవసరమే

ఉండని చైనా పింగాణీని కొనడానికి ఎందువల్ల ఆసక్తినీ, తన సమర్థతనూ వెల్లడించగలిగింది? దీనికి సమాధానం ఏమిటంటే - తమకు ఇష్టంలేని వంటసామగ్రిని కొనడానికి తనకు సమర్థత లేదని భావించింది. తనకు ఇష్టంఉన్న మంచి చైనా పింగాణీని కొనడానికి మాత్రం తనకు సమర్థత ఉన్నట్లుగా భావించింది - అని. ఇక్కడ ఒక ముఖ్యమైన విషయం గమనించాలి. ప్రజలు తమకు ఇష్టమైన వాటిని కొంటారు –దాని ధరకన్న ఆ వస్తువే ఎక్కువ ఇష్టంగా ఉన్నపుడు.

అయితే కోరిన వస్తువులు ఏవో, అవసర వస్తువులు ఏవో ఎలా తెలుస్తుంది? ఈ ప్రశ్న వేశారు మీరు. ఇది మంచి ప్రశ్న.

లోతైన పరిశీలన అవసరం: కొనుగోలుదారు అవసరాలు ఏమిటో, ఇష్టాలు ఏమిటో లోతుగా పరిశీలన చేస్తేనే తెలుస్తుంది. ప్రతి ఒక్కరికీ అనేక అవసరాలు ఉంటాయి. అనేక ఇష్టాలూ ఉంటాయి. అయితే అవి తరచు లక్షణాల మాటున ఉంటాయి. బయటపడవు. కేవలం వాటి లక్షణాలను మాత్రమే చూచి తన ఉత్పత్తులను అమ్మ జూచే విక్రేత అమ్మకంలో విఫలుడు అవుతాడు. ఎందుకని తన అమ్మకం విఫలం అయిందో, ఎందుకని తాను వ్యర్థంగా తిరిగి రావలసి వచ్చిందో అతనికి అర్థం కాదు. అమ్మకం విఫలం కావడం, రావలసిన ఆదాయాన్ని పోగొట్టుకోవడం, కొనుగోలు దారుకు సహాయపడే అవకాశాన్ని జారవిడుచుకోవడం అంటే ఇదే.

ఇక్కడ జరుగుతున్నది ఏమిటో మీరు గమనించాలి. కొనుగోలుదారును మీరు అడుగుతున్న ప్రశ్నలు బాహ్యంగా ఉన్న సమాచారం సేకరించడానికి తప్ప అంతర్లీనంగా అన్ని వాస్తవాలను తెలుసుకోవడానికి ఉపకరించేవిగా లేవు. మీరు వాస్తవ సమాచారాన్ని తెలుసుకోదలచినా, ఆ వాస్తవాలు తెలుసుకోవడం వలన కొనుగోలుదారుని అవసరాలు ఏమిటో తెలియవు. అందువల్ల కొనుగోలుదారుని అడగవలసిన సరైన ప్రశ్నలను గురించి తరువాతి రెండు అధ్యాయాలలో తెలుసుకుందాం.

రెండవమెట్టు: అవసరాల పరిజ్ఞానం

అవసరాల పరిజ్ఞానం అనే ఈ మెట్టులో రెండు ప్రత్యేక విభాగాలు ఉన్నాయి. మొదటిది విక్రేత కొనుగోలుదారులో బాహ్యంగా వ్యక్తం అవుతున్న ఒకటిగాని ఇంకా ఎక్కువగాని ప్రత్యేక అవసరాలను గుర్తించగలగాలి. రెండవది ఏమిటంటే – కొనుగోలుదారు స్వయంగా తనకు కొన్ని అవసరాలున్నాయని గ్రహించాలి. అవేమిటో స్పష్టంగా చెప్పగలగాలి. ఈ విషయంలో మొదటగా మీ మెదడులోనే బల్బు వెలగాలి. ఆ తర్వాత కొనుగోలు దారు మెదడులో కూడా వెలిగేట్టు చేయాలి.

కఠిన సమస్య : అవసరాల విశ్లేషణను ప్రశ్నలు అడగడం ద్వారా ప్రారంభించినట్లుగానే అవసరాల పరిజ్ఞానాన్ని కూడా మీరు ప్రారంభిస్తూ ఉంటారు. కాని అవసరాల పరిజ్ఞానం చాలా కష్టమైనది. ఎందువల్లనంటే – మీరు కొనుగోలుదారును, అతని అవసరాలు ఏమిటో, ఇష్టాలు ఏమిటో తెలుసుకోవడానికి దోహదపడే ప్రశ్నలు అడగాలని ముందు బాగా ఆలోచించాల్సి ఉంటుంది. ఇదే కఠిన సమస్య. ఎందువల్లనంటే – విక్రేతలమైన మనం మన ఉత్పత్తులను ఎలా అమ్మాలా? అనే విషయం మీదనే మన మనస్సును కేంద్రీకరిస్తాం తప్ప, వేరే ఏమీ ఆలోచించం. మనం పొందవలసిన ఫలితం మీదనే మన దృష్టి ఉంటుంది తప్ప – ఆ ఫలితాన్ని సాధించుకోవడానికి మనం అనుసరించవలసిన విధానాలను గురించి మనం ఆలోచించకపోవడమే పెద్ద లోపం.

కొనుగోలుదారులు చిల్లర అమ్మకం వాతావరణంలో మీ దగ్గరకు వచ్చినా, ప్రత్యేకించి మీ వద్దకు రాలేకపోయినా వారి అవసరాలను గురించి పరిజ్ఞానాన్ని పెంపొందించడం మాత్రం చాలా ముఖ్యం. దీనిని అర్థం చేసుకోవడం మీలో కొందరికి చాలా కష్టం అని నాకు తెలుసు. కాని కొందరు కొనుగోలుదారులు తాము కొన్ని ఉత్పత్తులను మీ దగ్గర కొనుగోలు చేయడానికి ఇష్టపడుతున్నట్లు

ప్రకటిస్తారు. కాని అంతలోనే మనసు మార్చుకుంటూ వుంటారు. ఇది నిజం సుమా! కొనుగోలుదారుకు ఉన్న అవసరం ఏమిటో మీరు కనిపెట్టలేకపోయినా, కొనుగోలుదారు తన అవసరాన్ని గురించి పూర్తి అవగాహన కలిగేట్టు చేయలేకపోయినా– అసలు అమ్మకమే జరగకుండా పోతుంది లేక ఆ అమ్మకం స్థిరం కాకుండా పోతుంది.

మూడవమెట్టు – అవసరాల పరిష్కారమార్గం

నాలుగు అంశాల విధానంలోని మూడవ అంశం – అమ్మకం కావలసిన అన్ని ఉత్పత్తులకూ, సేవలకూ అనువర్తించే అవసరం పరిష్కారం. ఈ మెట్టులో మీరు మీ ఉత్పత్తిని కొనుగోలుదారు ముందు ఉంచుతారు. ఇప్పుడు చేయవలసింది ఏమిటంటే – కొనుగోలుదారుని ఏవేవో ప్రశ్నలువేస్తూ సమాధానాలకై వేచి ఉండడానికి బదులుగా వారి అవసరాలేమిటో వారికి తెలియజెప్పి వాటికి పరిష్కార మార్గలను సూచించడం.

గుర్తుంచుకోండి. కొనుగోలుదారు అవసరాలను మీరు కొత్తగా కనుగొనడం లేదు లేక సృష్టించడం లేదు. ఈ వరకే ఉన్న అతడి సమస్యను లేక అవసరాన్ని దానిపైన గల ఆచ్ఛాదనను తొలగించి బయటపెడుతున్నారు అంతే.... ఈ కార్యక్రమంలో మీరు చేయవలసినదల్లా ఆ సమస్యకు ఒక పరిష్కారమార్గాన్ని చూపి అతడికి నిజమైన సేవను అందించడం మాత్రమే.

వృత్తిపరమైన అమ్మకం కార్యక్రమంలో రెండుదశలు ఈ వరకే మీరు దాటిపోవడం జరిగింది. అవసరాలు ఏవో, ఇష్టాలు ఏవో తెలుసుకొని వాటికి అనుగుణంగా కొనుగోలుదారుతో వ్యవహరించాలన్నదికూడా గ్రహించారు. అందువల్ల ఇప్పుడు ఈ దశలో మీ ఉత్పత్తితో ముందుకు సాగవద్దు. ఇక్కడ కొన్ని చిక్కు ప్రశ్నలు వేస్తూ మీకు ఈ రహస్యాన్ని వెలువరిస్తాను. నా ప్రశ్నలు తప్పుదారి పట్టిస్తాయి. అందువల్ల మీరు చాలా జాగరూకతతో మెలగాలి. మీరు ఎప్పుడైనా ఒక

పరుపుకాని, ఒక కొత్త డ్రెస్‌గాని, ఒక కారుకాని, ఒక బీమాపాలసీకాని, మీ ఆఫీసుకోసం కాపీలు తీసే యంత్రాన్ని కానీ, ఒక శిక్షణ కార్యక్రమ పుస్తకాన్ని కానీ, ఆడియో టేపులను కానీ, ఒక గ్రంథాన్ని కానీ కొన్నారా?

ఈ పుస్తకం చదువుతున్న మీరెవ్వరూ పైన పేర్కొన వాటిలో దేనినీ కొనలేదు అని నేను అంటున్నాను. మీరు కొనుగోలు చేసిన దల్లా-ఒకరాత్రి హాయిగా నిద్రపోవడం, మీరు ధరించిన డ్రెస్‌లో మీరు ఎలా కానవస్తున్నారు?ఎలాంటి అనుభూతి కలిగింది? అన్నది మాత్రమే. అలాగే రవాణా సౌకర్యం, మీ కుటుంబానికి డబ్బు నిలువలు, పెట్టుబడుల వల్ల వచ్చే ప్రయోజనాల ద్వారా రక్షణ, మీ కార్యాలయానికి వ్యవస్థాపరంగా, వార్తాసౌకర్యం పెరగడం ద్వారా కలిగిన రక్షణ, ఉత్పత్తుల పెరుగుదల, హెచ్చు సమాచారం, మీ అమ్మకం వృత్తిలో మరింత విజయం సాధించడానికి సహాయపడే అమ్మకం కార్యక్రమం ఇత్యాదులను మాత్రమే మీరు కొనగలిగారు లేక సంపాదించుకోగలిగారు అన్నమాట.

మనలో ఎవ్వరమూ ఏ ఉత్పత్తులనూ కొనుగోలు చేయం. మనం కొనేదల్లా ఉత్పత్తి యొక్క ఉత్పత్తులను, అనగా వాటివల్ల కలిగే ప్రయోజనాలను లేక అవసర పరిష్కారాలను మాత్రమే. ఒక్క మాటలో చెప్పాలంటే మనం ఏ ఉత్పత్తినీ దాని బాహ్యస్థితిని బట్టి మాత్రమే కొనం. దానివల్ల మనకు ఏ ప్రయోజనం కలుగుతుందో తెలుసుకొని దాని కోసం మాత్రమే కొంటాం.

అవసరాలతో ముందుకు సాగడం : మనం ఏ ఉత్పత్తికోసమూ ముందుకు వెళ్ళం. ఆ ఉత్పత్తితో మనకు కలిగే ప్రయోజనంతో, అవసరంతో ముందుకు వెడతాం. నా స్నేహితుడు, అమ్మకాలరంగంలో సహ శిక్షకుడు డాన్‌హట్సన్ ప్రకారం అందరూ ఒకే రేడియో స్టేషన్ కార్యక్రమం వింటారు కాని దానిలో ఎవరికివారు తమకు కావలసిన దానిని మాత్రమే స్వీకరిస్తారు. డాన్‌హట్సన్ చెప్పడమే కాక నేను కూడా అతనితో పూర్తిగా అంగీకరిస్తున్నాను. ఏమిటంటే

-మనందరం రేడియోస్టేషన్ డబ్ల్యుII- ఎఫ్.ఎమ్‌ను వింటాం. దానిలోని అంశాలలో నాకు ఉపయోగపడేది ఏమిటి?అనేది ప్రశ్న. అలాగే ఉత్పత్తిని అమ్మకం చేసే మనం - కొనుగోలుదారు అవసరం ఏమిటో మన ఉత్పత్తి అతడి అవసరాలకు ఎలా ఉపయోగపడగలుగుతుందో గ్రహించుకొని అతడికి స్పష్టంగా చెప్పగలగాలి.

సమాచార సలహాదారు నిక్‌డాలీ మా సంస్థకు కొంత కాంట్రాక్టు పనిచేసి పెట్టారు. చాలా నెలలుగా మరల మేము ఎవ్వరం ఆయనను చూడలేదు. ఆయన మళ్ళీ వేరే ప్రాజెక్టులో మాకు సహాయపడడానికి వచ్చినప్పుడు చాలా మందికి ఆయనలో ఏదో తేడా కానవచ్చింది. మొత్తం మీద మాకు తెలియవచ్చిన విషయం - ఆయన పళ్ళకి కట్టుకట్టి ఉండటం. అది ఏమిటో తెలుసుకోదలచిన వ్యక్తి ఒకరు ఉండబట్టలేక ఆయనను అడిగారు "పళ్ళకు ఆకట్లు ఎందుకు?" అని.

దానికి నిక్ ఇచ్చిన జవాబులో విలువైన గుణపాఠం ఉంది. రేడియోస్టేషన్ డబ్ల్యు II ఎఫ్.ఎమ్ పేర్కొన్న అవసరాలను గురించి ఆయన చెప్పిన జవాబు ఏమిటంటే - 'నాకు కావలసింది ఈ కట్లుకాదు, పలువరస సూటిగా ఉండటం' అని.

అందువల్ల - మీ ఉత్పత్తిని గురించి చెబుతూ మీ సమయాన్నీ, కొనుగోలుదారు సమయాన్నీ వృధా చేయువద్దు. అది వాళ్ళకు ఏవిధంగా ఉపయోగపడగలుగుతుందో, ఎందువల్ల ప్రయోజనకరమో మాత్రమే చెప్పాలి. రాబోయే 9వ అధ్యాయంలో మీకు తెలియవస్తుంది- మీరు ఏమి అమ్ముతున్నారో, దానివల్ల ప్రయోజనం ఏమిటో, ఆ ప్రయోజనాన్ని అది ఎలా సాధించగలుగుతుందో ఇత్యాది విషయాలను గురించి.

నాలుగవమెట్టు - అవసరాల సంతృప్తి సాధన

ఈ కార్యక్రమంలో నాలుగవ అంశం 'అవసరాల సంతృప్తి సాధన'. విక్రేత ఇతరులకు సహాయపడటంలో తీసుకోవలసిన అతిముఖ్యమైన చర్య ఇదే. మీరు ఇతరులకు సహాయపడాలని నిజంగానే భావిస్తుంటే - మీ ఉత్పత్తి లేక సేవను గురించి మీకు నిజమైన నమ్మకం ఉంటే, మీ ఉత్పత్తి కొనుగోలుదారు నిజంగా ప్రయోజనం పొందాలని మీరు కోరుకుంటుంటే-మీ గట్టి కృషి ద్వారా ఆర్థిక ప్రయోజనాలను సాధించుకోవాలని మీరు కోరుకుంటూఉంటే - మీరు గుర్తుంచుకోవలసిన ముఖ్య విషయం:

ఎల్లప్పుడూ ఆర్డరును అడిగి తీసుకోండి. (AAFTO (ALWAYS ASK FOR THE ORDER)) ఇది చాలా చవకబారు సలహాగా అందరికీ అనిపించవచ్చు. కాని ఒక మహత్తరసత్యం ఏమిటంటే-మనం అలా కొనుగోలు ఆర్డరుకై తొందర చేయకపోతే - ఒక్కొక్కప్పుడు -ఆ అమ్మకం ప్రయత్నం అంతా చివరి దశలో గడ్డకట్టినట్లు, గాలికి కొట్టుకుపోయినట్లు కాలిబూడిద అయిపోయినట్లు, వ్యర్థం అయిపోయే ప్రమాదం ఏర్పడుతుంది - అనేది

ఇలా చివరిదశలో అమ్మకం ప్రయత్నం అంతా వ్యర్థమై పోవడమే తరచుగా జరుగుతూ ఉంటుంది. అందువల్లనే నేను ఈవిషయం మీదనే **'అమ్మకాన్ని ముగించడంలో రహస్యాలు'** అనే సంపూర్ణ గ్రంథం రాయాల్సి వచ్చింది. ఆ గ్రంథం లక్షలాది ప్రతులు అమ్ముడుపోయాయి. ఎందువల్లనంటే మనందరం చాలా తరచుగా, హెచ్చుగా అమ్మకాలు జరపాలని కోరుకుంటూఉంటాం కాబట్టి. 10వ అధ్యాయంలో **'ఎలా అడిగి ఆర్డరు తెచ్చుకోవాలి?'** అనే విషయం నేర్చుకోవచ్చు.

6

ప్రశ్నలే సమాధానం- అవసరాల విశ్లేషణ

అమ్మకం నివేదనను ప్రారంభించడానికి అత్యుత్తమ విధానం ఏది? ప్రశ్నలతోనా? ప్రశ్నలతో ప్రారంభించడంలో ఉద్దేశ్యం ఏమిటి? ముఖ్య సమాచారాన్ని సేకరించడానికి ప్రశ్నలు మనకు అవకాశం కలిగిస్తాయి. దానిద్వారా మనం మన కొనుగోలుదారులకు సహాయ పడగలుగుతాం. అంతేకాక అంతే ముఖ్యమైన లేక మరింత ముఖ్యమైన విషయం ఏమిటంటే - మనం వ్యాపార అనుభవజ్ఞుని రీతిలో ప్రశ్నలు వేసినప్పుడు - అమ్మకం కార్యక్రమాలలో అతి ప్రధాన అంశమైన 'నమ్మకాన్ని' కొనుగోలుదారులలో కల్గించగలుగుతాం.

మిమ్ము మీరే ప్రశ్నించుకోండి

నాపట్ల, నా వాణిజ్యసంస్థ పట్ల నిజమైన శ్రద్ధ కానవచ్చేట్లుగా అనుభవజ్ఞుని రీతిలో మీరు వివిధ ప్రశ్నలు నన్ను అడగగలిగితే నేను మీ గురించి ఏరీతిగా భావిస్తాను? అమ్మకం నివేదనలోని ఈ అంశాన్ని మీరు సరిగా

అమలుచేయగలిగితే మీరు కూడా నన్ను నా డబ్బు నుండి దూరం చేయడానికి సిద్ధపడిన మరో మామూలు విక్రేత కారు అని గ్రహించగలుగుతాను. అంతేకాక మీరు నిజంగా నాకు సహాయ పడటానికే వచ్చారని కూడా విశ్వసించగలుగుతాను.

ఈ ప్రశ్నలు చాలా ముఖ్యమైనవే. కాని ఈ ప్రశ్నలు కొనుగోలుదారులను వలలో వేసుకోవడానికి ఉద్దేశించినవేననీ, వారు ఎంతో కష్టపడి సంపాదించిన డబ్బును వారిజేబులలోనుండి బయటపెట్టించి మన వద్దకు చేరేటట్లు చేయడానికి ఉద్దేశించినవేననీ కొనుగోలుదారు భావించే అవకాశాన్ని కల్పించినట్లయితే - దానిని అతడు సహించలేడు కదా!

అనుభవజ్ఞులైన అమ్మకం దారులుగా మనం కొనుగోలుదారులను తమ అవసరాలు, ఇష్టాలు, సమస్యలను గురించి మనతో చర్చించగలిగే రీతిగా వారిని ప్రోత్సాహపరచాలి. ఆ విధంగా వారు మన సేవలను తమ సమస్యల పరిష్కారానికి ఉపయోగించుకొనగలిగేట్లుగా మనం వారిని ప్రోత్సహించగలుగుతాము.

ఇది మనల్ని ఒక 'నీతి' సూత్రం వద్దకు తీసుకొని వెళుతుంది. నిజానికి అందరికీ ప్రయోజనాన్ని కలిగించే 'నీతి'యే మనం మన వృత్తి జీవితాన్ని నిర్మించుకోవడానికి అవసరమైన పునాది అవుతుంది. ప్రోత్సహించడానికీ. ఎదుటివారి అభిప్రాయాన్ని మార్చడానికీ మధ్య ఉన్న వ్యత్యాసం ఏమిటి? దురదృష్టవశాత్తు ఈ రెండు పదాల అర్థం ఒకటే కాబోలు అని భావించే అయోమయ స్థితి ఏర్పడుతుంటుంది. కాని ప్రోత్సహించడాన్ని -ఎదుటివారి అభిప్రాయాన్ని మార్చడంతో పోల్చడం అనేది 'దయాగుణాన్ని' దానికి వ్యతిరేకమైన 'ద్రోహగుణం'తో పోల్చడం లాంటిది అన్నమాట. ప్రోత్సాహం ఎదుటి వ్యక్తిని తన ఇష్టప్రకారం వ్యవహరించేట్లు చేయగా, ఎదుటివారి అభిప్రాయాన్ని మార్చే యత్నం వల్ల అది బలవంతపు సమ్మతి మాత్రమే కాగలుగుతుంది. ప్రోత్సాహం చేయడం నీతివంతమైనది. చాలాకాలం పాటు నిలుస్తూ సత్ఫలితాలను ఇస్తుంది.

అభిప్రాయాన్ని మార్చే యత్నం అనైతికమై, తాత్కాలిక ప్రయోజనాన్ని మాత్రమే కలిగించి ముగుస్తుంది.

యోచన-భావన ప్రశ్నలు

ఖాతాదారు వేటిని ఇష్టపడుతున్నాడో తెలుసుకోవడానికై ప్రశ్నలు వేస్తే, అతడి ఆలోచనా విధానం ఎలా ఉన్నదో మీకు మరింతగా తెలియవస్తుంది. మనలో చాలామంది యుక్తియుతంగా నిర్ణయాలు తీసుకుంటున్నట్లు ప్రకటించుకుంటూ ఉంటాం. కాని నిజం ఏమిటంటే మనం తీసుకొనే నిర్ణయాలు మన భావోద్వేగ ప్రేరితాలు అయి ఉండడం.

ఏది ఎలా ఉన్నా, విక్రేతలుగా మనం అర్థం చేసుకోవాల్సిన విషయం - ఏమిటంటే - మనం భావోద్వేగాన్ని కలిగించే ప్రశ్నలే వేసేటట్లయితే - మనం మన కొనుగోలుదారు త్వరగా నిర్ణయాలు తీసుకొనేటట్లు చేయగల్గుతాం. కానీ ఆ భావోద్వేగం క్రమంగా తగ్గిపోయినప్పుడు ఏం జరుగుతుంది? అనేది. కొనుగోలుదారులో తాను తప్పు చేస్తున్నాననే భావన ఏర్పడి, అంతకుముందు చాలా పటిష్టంగా ఏర్పడిన అమ్మకం అవకాశాలే మనం పోగొట్టుకోనవలసి యుండడం. అలాకాక, మనం అడిగే ప్రశ్నలు యుక్తి యుక్తంగా ఉంటే వాటికి కొనుగోలుదారులు తమ బుద్ధిని ఉపయోగించి జవాబులు చెబుతారు కాబట్టి వారికి వారి అవసరాలను గురించి అవగాహన కల్గించవచ్చు. మన ఉత్పత్తులు లేక సేవలు వల్ల ప్రయోజనాలను గురించి వారికి తెలియజేయవచ్చు. అయితే ఇక్కడ ఒక ప్రమాదం కూడా ఉంది. అదేమిటంటే- మనం చెప్పిన మంచిచెడ్డలు వారిపైన పనిచేయక బజారులో ఆయా ఉత్పత్తుల ప్రయోజనాలను గురించి తమలో భావోద్రేకాలు కలిగించే వారి వద్దనే వారు కొనుగోలు చేయడానికి సిద్ధపడడం.

అందువల్ల మనం చేయవల్సిన ముఖ్యమైనపని- యుక్తియుక్తంగా చెప్పే

విధానాన్ని, భావోద్వేగం కలిగించే విధానాన్ని కలగలిపి మన అమ్మకం కార్యక్రమాన్ని నిర్వర్తిస్తూ ఉండడం. ఇక్కడ మనం గుర్తు ఉంచుకోవాల్సిన విషయం - భావోద్వేగం కొనుగోలు దారును వెంటనే తగు నిర్ణయం తీసుకొనేట్టు చేస్తుంది - యుక్తియుక్త యోచన అతణ్ణి కొంతసేపు ఆలోచించిన తర్వాతనే కొనుగోలును సమర్థిస్తుంది అని

యుక్తి, భావోద్వేగాల సమన్వయం

కొనుగోలుదారుకు డబ్బును మిగిల్చిపెట్టే ఒక ఉత్పత్తి లేక సేవ మీ దగ్గర ఉన్నదని కాసేపు అనుకుందాం. మీ సమర్పణ, నిరూపణల తర్వాత ఉత్పత్తి లేక సేవ నిజంగానే కొనుగోలుదారుకు డబ్బు మిగులుస్తున్నదని మీరు నిర్ధారించి చూపగలిగితే - మీరు అడగవలసిన ప్రశ్నలు మూడు ఉన్నాయి. అవేమిటంటే -

"మా ఉత్పత్తి ఎక్కడ మీకు డబ్బు మిగిల్చి పెడుతున్నదో మీకు అర్థం అయిందా?"

"మీరు నిజంగానే ఖర్చు తగ్గించి డబ్బు మిగుల్చుకోవాలని అనుకుంటున్నారా?"

"మీరు డబ్బు మిగుల్చుకోవడాన్ని ప్రారంభింపదలిస్తే అందుకు ఎప్పుడు మంచి సమయం అని మీరు అనుకుంటున్నారు?"

మనకున్న భావోద్వేగాలలో అత్యంత బలమైనది 'భయం'. అమ్మకాన్ని గురించిన పాత సామెతను మీరు వినే ఉండవచ్చు. అదేమిటంటే! లాభం సాధించుకోవడం పట్ల కోరిక కంటే ఉన్నదానిని పోగొట్టుకుంటామేమో అనే భయమే చాలా బలమైనది - అని. ఇప్పుడు మీరు నిజంగా చేయాల్సింది - డబ్బును పోగొట్టుకుంటామేమో! అనే భయాన్ని కొనుగోలుదారు నుంచి తొలగించి

అతడికి సహాయపడడానికి ప్రయత్నించడం. (అతడిలో భయాన్ని మీరు కలుగజేయలేదు. అంతేకాక ఆ భయం అతడి నుండి తొలగిపోవడానికి అతడికి మీరు సహాయపడుతున్నారు) ఇక్కడ మీరు అడగవలసిన మొదటి ప్రశ్న "మా ఉత్పత్తి మీకు ఏ విధంగా డబ్బును మిగల్చగలుగుతుందో చూడగలిగారా?" అని - అలా అడగడంతో అతనిలోని భయాన్ని తొలగించే కార్యక్రమం ప్రారంభం అవుతుంది. ఇప్పుడు మీరు మీ కొనుగోలుదారుతో భావోద్రేకస్థాయిలో మాట్లాడగలుగుతున్నారన్నమాట!

రెండవప్రశ్న చాలా స్పష్టంగానే ఉన్నట్లు అనిపిస్తుంది. అయినప్పటికీ ఆ ప్రశ్న అడగడం అవసరం. "డబ్బును మిగుల్చుకోవాలని మీరు కోరుకుంటున్నారా?" అనే సూటి ప్రశ్న కొనుగోలుదారును భావోద్వేగం నుండి మంచిచెడుల విచారణకు సన్నద్ధం చేస్తుంది. ఈ ప్రశ్నకు కొనుగోలుదారు నోటినుండి వచ్చే సమాధానం 'అవును' అని మాత్రమే అయినా అతడి మనస్సు నుండి వెలువడే సమాధానం మాత్రం! 'సందేహం ఎందుకు? డబ్బును మిగుల్చుకోవడానికే నేను ఇష్టపడుతున్నాను. తెలివిగల ఎవరైనా డబ్బును మిగుల్చుకోవడానికే ఇష్టపడతారు' అని.

ఇప్పుడు కొనుగోలుదారు - మీ ఉత్పత్తి వల్ల డబ్బు మిగులుతుందని స్వయంగానే ఒప్పుకుంటూ, డబ్బు మిగుల్చుకోవడానికే గట్టి పట్టుదలతో ఉన్నాడు కాబట్టి అతణ్ణి అడగాల్సిన మూడవ ప్రశ్న - 'మీరు డబ్బును మిగుల్చుకోవాలని యోచిస్తున్నట్లయితే ఆ పని ప్రారంభించడానికి మంచి సమయం ఎప్పుడని అనుకుంటున్నారు?' అని. అలాగే 'త్వరగా రంగంలోకి దిగండి' అని చెప్పడం. ఇది అతడికి ఒక హెచ్చరిక అన్నమాట. 'మీరు వెంటనే రంగంలోకి దిగకపోతే మరింతగా డబ్బు పోగొట్టుకోవాల్సి వస్తుంది' అని తెలుపుతూ అతనిలోని భావోద్రేకాన్ని రెచ్చగొట్టడం.

మీ ఉత్పత్తికానీ, సేవకానీ ఆరోగ్యానికి సంబంధించిన ప్రయోజనాన్ని కలిగించేది

అయినట్లయితే పైన పేర్కొన్న మూడు ప్రశ్నల కార్యక్రమాన్ని మీరు కొనసాగించవచ్చు. అదే వ్యాయామానికి సంబంధించిన విషయం అయితే వ్యాయామ పరికరాలు, విటమిన్లు, హెల్త్‌క్లబ్ సభ్యత్వాలు, శరీర సంబంధ వైద్యం ఇత్యాదులు ప్రశ్నలుగా ఉంటాయి. ఉదాహరణకు-

'ఇది మీ ఆరోగ్యానికి ఎలా ఉపయోగించగలుగుతుందో మీరు గమనించ గలిగారా?'

'మీలో వెలుగును నింపే మంచి ఆరోగ్యాన్ని పొందాలని, లేక ఇదివరలోనే మీకు అట్టి ఆరోగ్యం ఉండి కారణాంతరాలవల్ల కోల్పోయినట్లయితే దానిని తిరిగి పొందాలని మీకు నిజంగా ఆసక్తి ఉన్నదా?

'ప్రస్తుత పరిస్థితులలో మీరు ఎంతగానో కోరుకొనే మంచి ఆరోగ్యాన్ని పొందడానికి అవసర కార్యక్రమాన్ని ఎప్పటినుంచి ప్రారంభిస్తే బాగుంటుందని మీరు అనుకుంటున్నారు?' - అనేవి.

ఇక్కడ ఆగి మీరు ఒక సవాలును ఎదుర్కోవాలి. మీరు అమ్మచూపిన ఉత్పత్తి లేక సేవ వల్ల కలిగే ప్రప్రథమ ప్రయోజనాన్ని మీరు నిర్ధారించాలి. మీ ఉత్పత్తి సేవ స్వీకరించడం కోసం ప్రజల్ని ముందుకు నడిపించడంలో మీ ప్రాథమిక లక్ష్యం ఏమిటి? దానికి సమాధానం కావాలి.

ఇప్పుడు ఈ మూడు ప్రశ్నలలో యుక్తి, భావోద్రేకాల సమస్య రూపంలో ఉండే జవాబులను మీరు ఎవరికి వారు సిద్ధం చేసుకోవాలి.

నా ప్రాథమిక ప్రయోజనం (నా ఉత్పత్తి లేక సేవ ఇతరులకు ఏం లాభం చేకూరుస్తుంది) ఏమిటంటే ______________________________

ఖాతాదారుని నేను అడిగే మూడు ప్రశ్నలు ఏమిటంటే -

మీరు గమనించగలరా?________________________________

మీకు దీనిలో ఆసక్తి ఉందా?______________________________

ఎప్పుడు మీకు సాధ్యం అవుతుంది?___________________________

ఈ మూడు ప్రశ్నలకూ జవాబులు రాయడానికి మీకు ఎక్కువ సమయం పట్టకపోతే, నేను మరికొన్ని ప్రశ్నలు మిమ్మల్ని అడగనా?

యుక్తితో భావోద్వేగాన్ని సమన్వయ పరిస్తే మీ అమ్మకం కార్యక్రమం మెరుగై అమ్మకాలు పెరగగలవని మీరు గ్రహించగలిగారా? మీ అమ్మకాలను పెంచుకోవడం పట్ల మీకు ఆసక్తి ఉంటే అలా మీ అమ్మకాలను పెంచుకొనే కార్యక్రమం ప్రారంభించడానికి మంచి సమయం ఎప్పుడని భావిస్తున్నారు!

సక్రమ ప్రశ్నా విధానం

మన ఉత్పత్తులు, సేపల కొనుగోలుదారులు, ఖాతాదారుల ఇష్టాలను కనుగొనడానికి మూడు ప్రాథమిక ప్రశ్నరూపాలు దోహదం చేస్తున్నాయి. – అన్నిప్రశ్నలూ – అవి భావోద్వేగానికి సంబంధించినవైనా, యుక్తికి సంబంధించినవైనా – ఈ మూడు వర్గాలకే చెందుతాయి.

దాపరికం లేని ప్రశ్నలు

మూడు వర్గాల ప్రశ్నలలో మొదటి వర్గం 'దాపరికం లేని ప్రశ్నలు. ఈ 'దాపరికం లేని ప్రశ్నలు' ఎవర్ని అడుగుతున్నామో వారు వారి జవాబులతో వారి ఇష్టం వచ్చిన చోట్లుకు ఎక్కడికైనా పోయే వీలుంటుంది. ఏది ఎలా ఉన్నా కొనుగోలుదారును భావ నిర్బంధంలో ఉంచడం మీ ఆశయం కాదు. వారి ఇష్టం వచ్చిన చోట్లకు వారు స్వేచ్ఛగా వెళ్లగలిగేట్లు చేయడమే మీ

ఆశయం. దాపరికం లేని ప్రశ్నలు ఏమిటంటే -

ఎవరు? ఏది? ఎక్కడ? ఎప్పుడు? ఎట్లా? ఎందుకు? అనేవి.

అవి కొన్ని సహాయక పదాలతో కూడి ఈ క్రింది విధంగా కూడా ఉండవచ్చు.

– దాన్ని గురించి నువ్వు ఏమి ఊహించుకుంటున్నావు?

– దాన్ని గురించిన నీ భావనలు ఏమిటి?

దాపరికం లేని ప్రశ్నలకు ఉదాహరణలు ఇవి -

1. నీ ఉద్యోగంలో అత్యంత ఉద్వేగకరమైన అంశం ఏమిటి?

2. నీ బాధ్యతలు రానున్న ఐదేళ్ళకాలంలో ఏ రీతిగా మారవచ్చునని నీవు అనుకుంటున్నావు?

అలాగే దాపరికం లేని ప్రశ్నల ప్రయోజనం ఏమిటంటే మీ ఉత్పత్తుల, సేవలు కొనుగోలుదారులు తాము ఎక్కడికి వెళ్ళినా తాము జవాబును స్వేచ్ఛగా చెప్పగలిగే అవకావం కలిగించడం. మీరు అడిగే ప్రశ్నలకు మీ ఉత్పత్తులు, సేవల కొనుగోలుదారు కేవలం 'అవును' లేక 'కాదు' అని మాత్రం జవాబులు చెప్పేట్లు ఏర్పాట్లుచేస్తే– కొనుగోలుదారులు తాము మీ ఉత్పత్తులను, సేవలనూ కొనాలో, అక్కరలేదో నిర్ణయించుకోకుండా కేవలం తటస్థంగానే ఉండిపోతారు. అలాగే మీకు ఎట్టి సమాచారాన్నీ అందించరు. అందువల్లనే, దాపరికం లేని ప్రశ్నలను వారి ముందు ఉంచాలి.

ఇష్టమైన లోపత్వం : దాపరికం లేని ప్రశ్నలు అగడడంలో ఉండే పెద్దలోపం సమాధానాన్ని కూడా ప్రశ్నతోపాటే అందించడం. అనేకరకాలైన జవాబులకు అవకాశం కలిగించకుండా ఉండడం. మీరు దాపరికం లేని ప్రశ్నలు వేసినప్పుడు తరుచుగా ఒక క్షణం పాటు నిశబ్దత కానవస్తుంది. అది అందరికీ చాలా

అసౌకర్యమే కలిగిస్తుంది కానీ మీ ప్రశ్నకు అంతర్‌దృష్టితో తెలివిగా జవాబు చెప్పడానికి ఎవరికైనా కొంత విరామం అవసరం అవుతుంది. పరిస్థితిని లోతుగా పరిశీలించడానికి ఉత్సాహం చూపేవారి పట్ల మీరు అసౌకర్యం ప్రదర్శిస్తూ తొందరపడుతూ ప్రశ్నలకు జవాబులను మీరే అందజేసే ప్రయత్నాలను మానుకోవాలి.

ఆంతరంగిక ప్రశ్నలు

రెండవరకం ప్రశ్న ఆంతరంగిక ప్రశ్న. దాపరికంలేని ప్రశ్న కొనుగోలుదారులకు స్వేచ్ఛగా ఆలోచించుకొనే అవకాశం కలిగిస్తే అంతరంగిక ప్రశ్న వారిని నిర్దిష్ట అంశానికి పరిమితం చేసేదిగా ఉంటుంది. ఆంతరంగిక ప్రశ్నలు మొదలయ్యే పదజాలాలు ఇలా ఉంటాయి. 'దానిని గురించి మరింత విపులంగా చెప్పగలరా?'- 'అది చాలా ఆసక్తిదాయకంగా ఉంది- ఆ పదానికి అర్థం?'- ఇత్యాదిగా

ఆంతరంగిక ప్రశ్నలకు కొన్ని ఉదాహరణలు

1. ఈ కంపెనీలో మీ విభాగం ఇతర విభాగాలతో పోలిస్తే పరిమాణంలో పెద్దదనిపిస్తుందా? చిన్నదనిపిస్తుందా?

2. లాభాలు పెంచుకోవడం మీ గమ్యం కాబట్టి. అలా సమకూరే అదనపు లాభాన్ని మీ కంపెనీ ఏవిధంగా ఉపయోగపరుస్తుంది?

'అవును' లేక 'కాదు' ప్రశ్నలు

మూడవరకం ప్రశ్న ఏది? అంటే - 'అవును' లేక 'కాదు' అని జవాబు వచ్చే ప్రశ్న. ఈ ప్రశ్న సూటియైన జవాబును కోరుకుంటుంది. అయితే మనం ఈ ప్రశ్నను అడగడం ఎప్పుడు జరుగుతంది? అంటే- దాని సమాధానం

మనకు ముందుగా తెలిసి ఉన్నప్పుడు మాత్రమే. ఈ రకం ప్రశ్నలో ఉండే ప్రమాదం ఏమిటంటే – దీనిని అతిగా ఉపయోగానికి తెస్తే – దానినే సమర్థనగా అందరూ భావించే అవకాశం ఉండడం.

మనం ఏదైనా సామాన్యమైన 'అవును' లేక 'కాదు' అని జవాబు వచ్చే ప్రశ్నను నిర్మించదలిస్తే – దానిని మన మాటలతోనే నిర్మించాలి. అంతేకాక మన వ్యక్తిత్వపు పరిధిలోనే ఉండేట్లు చూసుకోవాలి. ఉదాహరణకు –

1. ఇది మీ డబ్బు మిగులుస్తుందని ఒప్పుకుంటున్నారా?

2. నేను ప్రతిపాదించిన విషయం మీ ఆశయాలకు తగినట్లుగా ఉన్నదా?

ఈ 'అవును' లేక 'కాదు' ప్రశ్నలు–మీ కార్యరంగం మీకు ఎంత అనుకూలంగా ఉన్నదో పరీక్షించుకోడానికీ, ఈ అమ్మకం కార్యక్రమంలో మీ ప్రగతి ఎలా ఉండాలో తెలుసుకొని ముందుచూపుతో సాగడానికీ ఉపయోగిస్తాయి. కొందరు శిక్షణలో ఈ ప్రశ్నల్ని 'అమ్మకం త్వరగా ముగించే పరీక్షలు' అని అభివర్ణిస్తుంటారు. ఎందువల్లనంటే – కొనుగోలుదారు నుండి వచ్చే జవాబును బట్టి మీరు మీ ఉత్పత్తిని అమ్మే వీలు కలుగుతుందా? లేదా! అని వారు చెప్పగల్గుతారు కాబట్టి

మీరు ఎంతో నిర్లక్ష్యం చేస్తున్న అమ్మకపు సాధనం

ఎట్టి అనుమానం లేకుండా ఇక్కడ చెప్పాల్సిన విషయం ఏమిటంటే – అతి ముఖ్యమైన అమ్మకం సాధనాల్లో (అలాగే అతి తక్కువ శ్రద్ధ పెట్టి పెంపొందించుకున్నవాటిలో) ఒకటి – అమ్మకందారుని కంఠధ్వని. సంభాషణా వైద్యనిపుణులలో చాలా మంది నిర్ధారిస్తున్న విషయం ఏమిటంటే – మన సమాజంలోని ప్రజలలో ఐదోశాతం మంది మాత్రమే సహజంగా వినసొంపైన కంఠస్వరం కలిగినవారు అనేది. మరి మిగతావారి సంగతి ఏమిటి? అంటే – వాస్తవానికి మిగతావారందరికి కూడా వినసొంపైన కంఠస్వరాలతో మాట్లాడగలిగేట్టు తర్ఫీదు ఇవ్వవచ్చు.

ఇలా మీరు ఈ మాటలు చదువుతున్న సమయంలో నేను మీకు ఒక ప్రోత్సాహకరమైన సూచన చేస్తున్నాను. అదేమిటంటే - మీరు ఒంటరిగా ఒక గదిలోకి వెళ్ళి ఈ మాటలన్నీ బిగ్గరగా వినపడేట్లు చదవండి. దానితోపాటే మీ కంఠస్వరాన్ని కూడా రికార్డు చేయండి. టేపుమీద మీ కంఠస్వరాన్ని మీరు వింటున్నప్పుడు మీరు ప్రశ్నించుకోండి. ఈ గొంతుతో కొనుగోలుదారుతో మాట్లాడి అతణ్ణి మెప్పించి కొనుగోలు ఆర్డరును అతడి నుండి పొందగలనా? అని

మీరు అడిగే ప్రశ్నల్ని టేప్‌రికార్డు చేసుకొనేందుకు నేను మిమ్మల్ని ప్రోత్సహిస్తున్నాను. అమ్మకం సమయంలో మీరు కొనుగోలుదారులను అడిగే ప్రశ్నల్నే మీరు నిజంగానే ఒంటరిగా రూములో ఉండి రికార్డు చేసుకోండి. మీరు అమ్మకం వృత్తిలో రాణించదలిస్తే, మీరు అలా రాణించదలుస్తున్నారు కాబట్టి - మీరు కొంత అదనంగా శ్రమపడి - మీ కొనుగోలు దారులనుండి వచ్చే జవాబులకు, వ్యతిరేకతలకు తగిన సమాధానాలు ఇచ్చి వారిని ఒప్పించగలిగేట్లుగా మీ కంఠస్వరాన్ని, భాషనూ తీర్చి దిద్దుకొని దానిని సాధన చేయండి. మీ ఖాతాదారులు ఇచ్చే జవాబులకు మీరు ఏ రీతిగా ప్రతిస్పందన ఇవ్వాలో తెలుసుకొని ఆ మాటలను మాట్లాడి రికార్డు చేసుకొని వాటిని సరిగా మీరు సాధన చేస్తే మీ కంఠస్వరంలో మంచి మార్పులు వస్తాయి. క్లిష్టమైన పరిస్థితిల్లో కూడా ఇతరులను మీ భావాలకు అనుగుణంగా ఒప్పించే నేర్పరితనాన్ని పొంది అమిత ప్రజ్ఞగల విక్రేతగా మీరు రూపొందగల్గుతారు.

అంతరంగ దర్శనమా? గుచ్చి గుచ్చి ప్రశ్నించడమా?

ఇక్కడ నేను ఏం చెప్పదలచుకున్నానో మీకు అర్థం అవుతున్నప్పటికీ, మీరు మీ మాటల్నే ఉపయోగిస్తూ మీ వ్యక్తిత్వపు పరిధిలోనే వ్యవహరించడం అత్యవసరం అనే విషయంలో మీతో నన్ను ఏకీభవించనీయండి. ఇప్పుడు మీరు చేయవల్సిన పని ఏమిటంటే - కొనుగోలుదారుని అంతరంగ దర్శనం చేయడం. అంటే

మీరు అతని క్షేమం కోరే సలహాదారుగా వ్యవహరిస్తూ అతని ఇష్టాలు ఏమిటో, అవసరాలు ఏమిటో స్వయంగా వెల్లడించేట్లు చేయాలి తప్ప అతడిలోని తప్పులు ఎన్ని దోషిగా నిర్ధారించదలచే కోర్టు అధికారిగా లేక వకీలుగా కాదు.

కొనుగోలుదారు ప్రయోజనాల పట్ల మీరు నిజమైన ఆసక్తిని చూపగల్గుతున్నారా? మీరు కొనుగోలుదారుని అడిగే ప్రశ్నలు మనం ఇంతకు ముందు చర్చించిన అంశాలపై ఆధారపడినవిగానే ఉన్నాయా? లేక కొనుగోలుదారుని ఇష్టాయిష్టాలు ఎరగకుండా మీరు మీ అలవాటు ప్రకారం ప్రశ్నలు వేస్తూ పోతున్నారా? మంచి కంఠస్వరంతో మాట్లాడలేని విక్రేత కొనుగోలుదారును ఒక ప్రశ్నవేసి అతను చెప్పిన జవాబును సరిగా వినకుండానే వేరే ప్రశ్నలు వేస్తూండడం కంటే జుగుప్సాకరమైన విషయం లేక నిరుత్సాహకరమైన విషయం ఏమిటంటే–అమ్మకం వృత్తిలో అనుభవం లేని వ్యక్తి... కొనుగోలుదారుని గుచ్చి గుచ్చి ప్రశ్నలు వేస్తూ ఉండడం.

7

సౌమనస్యంగా 'అంతరంగ దర్శనం' ప్రక్రియ నిర్వహణ

నా స్నేహితుడు, సహవక్త జిమ్ కాథ్‌కర్ట్ 'అంతర్‌దర్శనం' పై చర్చాగోష్ఠి కార్యక్రమంలో ఉపన్యాసకుడుగా ఉన్నారు. 'అంతర్దర్శనం' అనే మాట ఏదో తీవ్రమైన విషయాన్ని చెబుతున్నట్లు లేదూ? ఏదో మామూలు సమావేశానికి బదులుగా వ్యక్తి యొక్క 'అంతరంగ దర్శనం' చేయాలని యోచించడంలోనే అమ్మకం కార్యక్రమం గురించి నీ మనస్సులో కొత్త దృశ్యాన్ని చిత్రించుకొనే వీలు కల్గుతున్నది కదూ! ఇది అమ్మకం కార్యక్రమంలోని 'అవసరాల విశ్లేషణ' విభాగంలో అవసర సమాచారాన్ని సేకరించడంలో మీకు విజయాన్ని ఇస్తుంది. మీరు మీ కొనుగోలుదారుతో 'అంతర్దర్శన కార్యక్రమం' నిర్వహిస్తే మీ గమ్యం, మీ అమ్మకపు వృత్తి ఎంతగానో విస్తరిస్తాయి.

'వ్యక్తి- వ్యవస్థ, లక్ష్యాలు, ఆటంకాల విధానం'

కొనుగోలుదారును ప్రప్రథమంగా కలుసుకున్నపుడు అతణ్ణి ఏ విధమైన ప్రశ్నలు అడగాలో నిర్ధారించుకోవడంలో చాలా అనుభవజ్ఞులైన అమ్మకందారులకు

కూడా గడ్డు పరిస్థితి ఏర్పడుతూ ఉంటుంది. అట్టి పరిస్థితిలో అమ్మకంలో అనుభవం లేని మిగతావారు తాము కొనుగోలుదారుకు ఇవ్వవలసిన ప్రయోజనకరమైన సమాచారాన్ని ఇవ్వకుండా వారిని అనేక ప్రశ్నలు వేస్తూ అవస్థలు పడుతుంటారు.

'వ్యక్తి-వ్యవస్థ, లక్ష్యాలు, ఆటంకాల విధానం' కొనుగోలుదారుకూ, మీకూ ఎంతో సుఖకరంగా ఉండేట్టుగా కొనుగోలుదారుతో సంభాషణా పూర్వకమైన అంతర్దర్శనంలో మీ మనస్సును లగ్నమయ్యేట్టుగా చేస్తుంది. ఈ 'వ్యక్తి గమ్యం అధ్యయన విధానం' కొనుగోలుదారుని అసవసరాలను ఉభయత్రా సుఖకరమైన స్థాయిలో ఎలా పరిష్కరించవచ్చునో, ఎలా ఈ కార్యక్రమాన్ని ఉత్సాహవంతంగా నిర్వహించవచ్చునో తెలియజేస్తూ, నిర్దిష్టమైన మార్గదర్శకత్వాన్ని లభింపజేస్తుంది.

వ్యక్తి

వ్యక్తి- వ్యవస్థ, లక్ష్యాలు, ఆటంకాల విధానంలో కీలకం వ్యక్తి. మీ కొనుగోలుదారును గురించి తెలియజేసే ఏ విషయమైనా మీకు అత్యంత ప్రయోజనకరమైనదే. అందువల్ల వ్యక్తిని గురించి తెలుసుకోవడానికి తోడ్పడే వివిధ ప్రశ్నలను తక్షణమే రూపొందించుకోవాలని మీకు నేను సూచిస్తున్నాను. మిమ్మల్ని గురించిన సమాచారాన్ని కూడా మీరు కొనుగోలుదారునికి ఇవ్వాల్సి ఉంటుంది. అయితే మీకు ఉన్న వివిధ అసక్తులను గురించి అతడి వద్ద బయటపెట్టకూడదు. ఉభయులకు సమానంగా ఉన్న ఇష్టాలను గురించి మాత్రమే ప్రస్తావించాలి. అలాగే కొనుగోలుదారుని మాట్లాడనీయకుండా మీరే మాట్లాడేస్తూపోతే లాభం లేదు. ఉభయుల మధ్య సంభాషణలో మిమ్మల్ని గురించి సమాచారాన్ని కేవలం 25 శాతం మాత్రమే బహిర్గతం చేయ్యాలి. అంటే కొనుగోలుదారుని మూడు వంతులు మాట్లాడనిచ్చి ఒక వంతు మాత్రమే మీరు మాట్లాడాలి అన్నమాట.

అనుభవజ్ఞుడైన అమ్మకందారు తన కొనుగోలుదార్లు, ఖాతాదార్ల అవసరాలు ఏమిటో గమనిస్తూ వారికి సహాయపడటమే కాక ముందు ముందు ఏర్పడే అవసరాల గురించి కూడా అధ్యయనం చేసి చాలా సమాచారాన్ని రాబట్టుకుంటాడు. కొనుగోలుదారుకు ఉన్న ఇష్టాల పట్ల ఆసక్తిని చూపుతూ తమ మధ్య సంభాషణలో కేవలం కాలక్షేపానికి అన్నట్లుగా 'ఆ పెద్దగేమ్ చివరకు ఎలా ముగిసింది? మీ సతీమణితో పెళ్ళిరోజు విందు కార్యక్రమం ఎక్కడ నిర్వహించబోతున్నారు?' ఇత్యాది వ్యక్తిపరమైన ప్రశ్నలు అడిగితే మీరు వారిని గురించి ఎంత శ్రద్ధ వహిస్తున్నారో, వారు చాలా ముఖ్యమైన వ్యక్తులుగా మీరు ఎందుకని పరిగణిస్తున్నారో వారికి అర్థమయ్యేట్లు చేస్తాయి. ఈ కార్యక్రమంలో మీరు గుర్తుంచుకోవలసిన నాలుగు ముఖ్యమైన మూలకాలు ఉన్నాయి. అవేమిటంటే క్లుప్తత, సహృదయత, నిజాయితీ, మైత్రీభావం.

ప్రజా అనుబంధ ప్రశ్నలు : నా స్నేహితుడు గెర్‌హర్డ్ 'సెల్లింగ్ పవర్' అనే పత్రికను ప్రచురించడమే కాక, అమ్మకందారుల కార్యాచరణకు ఎంతో అద్భుతంగా తోడ్పడే **'అమ్మకందారులు అడగాల్సిన ప్రశ్నల పుస్తకం'** కూడా ప్రచురించారు. దానిలో వందలాది మాదిరి ప్రశ్నలు కొన్ని వర్గాలుగా విభజింపబడి ఉన్నాయి. ఆ గెర్‌హర్డ్ పుస్తకప్రతిని పొంది దానిలోని ప్రశ్నలను మీ పరిస్థితులకు అనుబంధించినట్లుగా మార్చుకొని వాటిని కొనుగోలుదారు ముందు వాడే ప్రయత్నం చెయ్యడం మంచిది.

ప్రజా సంబంధిత ప్రశ్నల నమూనాలు ఈ క్రిందివి.

దాపరికంలేని ప్రశ్నలు – వ్యక్తిని గురించి

1. ఈ ప్రత్యేక వ్యాపారంలోకి మీరు ఎలా వచ్చారు?

2. మీరు ఈ దేశంలోని ఏ ప్రాంతానికి చెందినవారు? – పుట్టుకరీత్యా లేక కుటుంబరీత్యా

అంతరంగిక ప్రశ్నలు - వ్యక్తిని గురించి

1. మీరు ఎంతకాలం ఇలా (గోల్ఫ్ ఆటగాడుగా, ఔత్సాహిక టెన్నిస్ ఆటగాడుగా, మృగాల వేటగాడుగా) ఉన్నారు?

2. మీరు ఇప్పుడు చేస్తున్న వృత్తికాక - ఇదివరలో ఏయే ఇతర వృత్తులు నిర్వహించారు - అనుభవం పొందారు.

'అవును' లేక 'కాదు' ప్రశ్నలు వ్యక్తిని గురించి

1. డల్లాస్‌లో నివాసం ఏర్పరచుకోవడం మీకు ఇష్టమేకదా!

2. మీరు మీ కుటుంబంతో కలిసి తగినంత సేపు గడపగల్గుతున్నారా?

వ్యవస్థ

'వ్యక్తి, వ్యవస్థ, లక్ష్యాలు, ఆటంకాల విధానం'లో వ్యక్తిని గురించిన చర్చ ముగిసినట్లయితే ఇక అధ్యయన వ్యవస్థను గురించి చర్చ జరిగాలి. మీ వ్యవస్థను గురించిన లోటుపాట్లను ప్రశాంతంగా పరిశీలించాలి. అలాగే దానిని గురించి చర్చించడానికి సుముఖంగా ఉండాలి. వ్యక్తిని గురించిన అధ్యయన విధానంలో ఏ అంశాలు, నిబంధనలు అనువర్తించాయో అమ్మకం కార్యక్రమ నిర్వహణను గురించి కూడా వాటినే వర్తింపజేయాలి. కొనుగోలుదారు ఎలా తన కొనుగోలు నిర్వహిస్తున్నారో తెలుసుకోవడానికి 75శాతం సమయం వెచ్చించి 25శాతం సమయాన్ని మాత్రమే మీ వ్యవస్థను గురించి చర్చించడానికి వినియోగించాలి.

ఈ ఉత్పత్తులను ఉత్పత్తి చేసే సంస్థను గురించి మీరు ఏమీ మాట్లాడకూడదు అని నేను అనడం లేదు. కొందరు కొనుగోలుదారులు మీ గురించి తెలుసుకోవడానికి ఇష్టపడుతుంటారు. అట్టి వారికి మీరు మీ సంస్థను గురించి తగినంత హెచ్చు సమాచారాన్ని అందించి వాళ్ళలో మీ సంస్థ పట్ల నమ్మకం

ఏర్పడేట్లు, అది పటిష్టమైనదనీ, గౌరవప్రదం అయినదనీ వారికి అనిపించేట్లు చేయగలగాలి. అయితే మీరే అతి హెచ్చుగ మాట్లాడకూడదు. కొనుగోలుదారులలో మీ ఉత్పత్తిలో .... నమ్మకం ఏర్పడడానికి అవసరమైనంత సమాచారాన్ని వారికి అందేటట్లు చేయడమే మీ కార్యక్రమమై ఉంది. దానిలో భాగంగానే కొనుగోలుదారునుండి తగినంత సమాచారాన్ని సేకరించి మీ అమ్మకం కార్యక్రమం ప్రయోజనకరం అయేట్లు చేసుకొనగలగాలి.

అమ్మకం నిర్వహణను గురించిన ప్రశ్నలు : ఇక్కడ కొన్ని మాదిరి ప్రశ్నలు ఉన్నాయి. వాటిని మీకు అనుకూలంగా మలుచుకోవచ్చు.

దాపరికం లేని ప్రశ్నలు- అమ్మకం నిర్వహణ

1. మీరు మీ అమ్మకం నిర్వహణ ఎలా చేస్తున్నారో కొద్దిగా నాకు చెప్పగలరా?

2. మీ అమ్మకం కార్యక్రమంలో ఏవిధంగా వేటిమీద ఎక్కువ ఆసక్తి కలుగుతుంది? ఏది వ్యాపారసంస్థలలో తీవ్రమైన ఆసక్తిని కలిగిస్తుంది?

ఆంతరంగిక ప్రశ్నలు - అమ్మకం నిర్వహణ

1. ఆ ____________ శాఖ ఎలా పనిచేస్తున్నది?

2. మీ అమ్మకం కార్యక్రమ నిర్వహణలోని నాయకులకు ఏరకమైన శిక్షణ, తర్ఫీదు లభిస్తున్నది.

'అవును' లేక 'కాదు' ప్రశ్నలు అమ్మకం నిర్వహణ

1. దిగువస్థాయి అమ్మకాల ద్వార మీకు లభిస్తున్న లాభాలు మీలో సంతృప్తికరంగా ఉన్నాయా?

2. మీ అమ్మకం కార్యక్రమ నిర్వహణ మీరు కోరుకున్న రీతిలో క్రమక్రమాభివృద్ధిని సాధిస్తున్నదా?

లక్ష్యాలు

'వ్యక్తి-వ్యవస్థ, లక్ష్యాలు, ఆటంకాల విధానం'లో మీరు వ్యక్తిగతస్థాయిలో, మీ వృత్తిస్థాయిలో లక్ష్యాలను నిర్ణయించుకోవలసిన సరైన సమయం ఇది. అమ్మకవృత్తిలో అనుభవంలేని వారు చాలా మంది తమ ప్రయత్నాలలో కొనుగోలుదారుల నుండి ప్రతిస్పందన దొరికితేనే సంతృప్తి పడి తమ కార్యక్రమంలోని తదుపరి విభాగం వైపునకు పరుగులు తీస్తారు. అమ్మకం వృత్తిలో అనుభవం పొందిన వ్యక్తి కొనుగోలు దారును గురించి మరింత సమాచారాన్ని రాబట్టి తద్వారా అమ్మకాన్ని పెంచుకొనే ప్రయత్నమే చేస్తాడు.

లక్ష్యాలను కనుగొనే ప్రశ్నలు : లక్ష్యాలను గురించి తెలుసుకోవడానికి అంతర్దర్శనంలో మీకు ఉపయోగపడే కొన్ని మాదిరి ప్రశ్నలను ఇక్కడ ఇవ్వడమైనది:

దాపరికం లేని ప్రశ్నలు - లక్ష్యాలు

1. మీ వ్యక్తిగత లక్ష్యాలు, వృత్తిపరమైన లక్ష్యాలు ఏమిటి?

2. ఇవే అన్నిటికన్న ముఖ్యమైన లక్ష్యాలని మీరు ఎట్లా నిర్ధారిస్తారు?

ఆంతరంగిక ప్రశ్నలు - లక్ష్యాలు

1. మీ లక్ష్యాల సాధనలో ప్రగతిని మీరు ప్రస్తుతం ఎలా కనిపెట్టగల్గుతున్నారు?

2. మీరు నిర్ధారించుకున్న లక్ష్యాలను చేరడానికి కాలవ్యవధి ఎంత?

'అవును' లేక 'కాదు' ప్రశ్నలు – లక్ష్యాలు

1. ఇదివరలో మీరు నిర్ణయించుకున్న లక్ష్యాలను సాధించుకొనడం జరిగిందా?

2. మీరు మీ లక్ష్యాన్ని చేరడానికి వ్యవస్థీకృతమైన విధానాన్నే అనుసరిస్తున్నారు. అవును కదా?

చేరలేకున్న లక్ష్యాలు : చాలా కొద్దిమంది ప్రజలు మాత్రమే తమ గమ్యాలను వాస్తవంగా సాధించుకొనగలుగుతారు. ఎందువల్ల? – ప్రధానంగా ఎందువల్లనంటే – వారు ఎన్నడూ తమ లక్ష్యాలు ఏమిటో గ్రహించలేకపోయారు కాబట్టి –

చాలా సందర్భాలలో కొనుగోలుదార్ల లక్ష్యాలు డబ్బుతో ముడిపడి ఉంటాయి. డబ్బు అనేది ఎన్నడూ లక్ష్యం కాదని నేను చెప్పదలచుకున్నాను. అసలైన లక్ష్యం డబ్బుతో ఏమి ఏమి చేయగల్గుతాం? అనే దాని చుట్టూరా గిరిగిరా తిరుగుతుంటుంది. తమ కోసమే తమ తర్వాత గుర్తుగా మిగిలి ఉండే కట్టడాన్ని (ఒక అందమైన గృహాన్ని) కట్టడంగాని, అనాథ శిశుసంరక్షణ శాలలో ఒక విభాగాన్ని నిర్మించడం గాని ఏది నిజమైన లక్ష్యమో నిర్ధారించుకోవడం ముఖ్యం అవుతుంది.

ఏ కొనుగోలుదారునైనా అతని లక్ష్యాలను గురించి అడిగితే–దానికి డబ్బు ఉండాలికదండీ? అంటాడు. అయితే మీరు మళ్ళీ అతణ్ణి 'మీరు కోరుకుంటున్న లక్ష్యం ఎందుకు మీకు ముఖ్యం?' అని ప్రశ్నిస్తే అతడి నిజమైన లక్ష్యాలు ఏమిటో బహిర్గతం అవుతాయి. చాలామంది తమ లక్ష్యాలను గురించి చాలా తక్కువగా ఆలోచిస్తారు. ఇక్కడ ఈ ప్రస్తావన ఎందుకంటే– అమ్మకం కార్యక్రమంలో కొనుగోలుదారుని వ్యక్తిగత ఇష్టాయిష్టాలపై సలహా ఇచ్చే కార్యక్రమం కాకుండా చూచుకుంటూ కొనుగోలుదారు తన ఇష్టాలను మీ ముందు వెల్లడించేట్లు చేయడం మీ లక్ష్యంగా ఉండాలి కాబట్టి. చాలామంది

అనుభవజ్ఞులైన విక్రేతల అమ్మకం ప్రతిపాదనలు కూడా ఆకస్మికంగా ప్రేలిపోతూ భగ్నం అయిపోవటానికి కారణం కొనుగోలుదారుని నిజమైన లక్ష్యాలూ, ఇష్టాలు తెలుసుకోలేకపోవడం వల్లనేనని గుర్తించడం అవసరం.

ఆటంకాలు

డాక్టర్ నార్మాన్ విన్సెంట్ పీల్ ఈ సందర్భంగా చేసిన ప్రకటన ఏమిటంటే – ఏ సమస్యలూ, ఏ ఆటంకాలూ జీవితంలో ఎదుర్కొనని వ్యక్తిని ఎవ్వరినైనా చూడదలిస్తే – నువ్వు వెళ్లవలసింది శ్మశానవాటిక వద్దకు మాత్రమే. అప్పటికీ నీకు తెలియ వచ్చే విషయం ఏమిటంటే వారిలో కూడా కొందరికి అనూహ్యమైన సమస్యలు ఉన్నాయి అని –

మనకు పరిచయం ఉన్న వ్యక్తులకు అందరికీ ఏవో సమస్యలు ఉంటూనే ఉంటాయి. ఒకసారి ఒక వ్యక్తి అంటుండగా విన్నాను, "రోడ్డు మీద ఏ వ్యక్తి దగ్గరకైనా వెళ్ళి చెప్పు –'నేను నీ సమస్యను గురించి విన్నాను' అని. అప్పుడు ఆ వ్యక్తి అంటాడు – 'నీకెవరు చెప్పారు?' అని". ఎందువల్ల అతడు అలా అన్నాడు అంటే – ప్రతివాళ్ళు తమ సమస్యలను గురించి ఎదుటివారికి చెప్పుకోవడానికీ, వాళ్ళ అనుభవాలు కూడా తెలుసుకోవడానికీ ఇష్టపడతారు కాబట్టి. అంతే తప్ప సమస్యలు లేకుండా ఉండేవారు ఎవ్వరూ ఉండరు. అందువల్ల అట్టి సమస్యలకు పరిష్కార మార్గాలను కనుగొనడంలోనే ఆ సమస్యలు లేకుండా చేసుకొనే రహస్యం కానవస్తుంది.

అవసరాలను కనిపెట్టే ప్రశ్నలు: ఈ క్రింది ప్రశ్నలు ఆటంకాలను కనిపెట్టడానికి ఉపయోగపడే నమూనాలుగా ఉపకరిస్తాయి:

దాపరికం లేని ప్రశ్నలు– ఆటంకాలు

1. మీరు ఉండాలని అనుకున్నచోట మిమ్మల్ని ఉండనీయకుండా నిరోధిస్తున్నది ఎవరు?

2. మీరు ఎదుర్కొంటున్న ఆటంకాలు ఏమిటి?

అంతరంగిక ప్రశ్నలు - ఆటంకాలు

1. మీకు ఎదురౌతున్న ______________ అనే ఆటంకాన్ని ఎదుర్కోవడానికి మీరు ఏం చేస్తున్నారు?

2. ఏ ఆటంకం దాటరానంతటి అతి క్లిష్టంగా ఉంది?

'అవును' లేక 'కాదు' ప్రశ్నలు - ఆటంకాలు

1. ఈ ఆటంకాలను ఎదుర్కొనడానికి వేరే మార్గాలు ఏవైనా ఉండవచ్చునని మీరు అనుకుంటున్నారా?

2. మిమ్మల్ని ఎప్పటికప్పుడు వెనక్కు తోసివేస్తున్న ఆటంకాలను తొలగించుకోవడానికి నిశ్చితమైన ప్రణాళిక ఏదైనా సిద్ధం చేశారా?

సంసిద్ధత

'వ్యక్తి-వ్యవస్థ, లక్ష్యాలు, ఆటంకాల విధానం' మనల్ని మన కార్యక్రమం కోసం సంసిద్ధం చేసే గొప్ప సాధనం. అమ్మకం కార్యక్రమ నిర్వహణకు మరీ ఎక్కువగా సంసిద్ధంగా ఉండడం అసాధ్యమైన విషయం. మీరు సంపూర్ణంగా సంసిద్ధులైతే మేధలోని ఎడమ భాగం (జాగ్రత్తగా సందేశాలు తీసుకుంటూ సువ్యవస్థీకృతమై, మంచీ చెడూ ఆలోచించి రానున్న పరిణామాల కోసం ఎదురుచూచే విభాగం) ఈ వరకే పూర్తి శక్తితో పనిచేస్తూ ఉంటుంది. దీనివల్ల మేధ కుడిభాగం (సృజనాత్మకమై సులభంగా చక్రంలా తిరుగుతూ అంతటినీ సందర్శింపజేసే విభాగం) ఎదురయిన అవరోధాలను, దారి మళ్ళింపులను సమర్థవంతంగా ఎదుర్కొన గల్గుతుంది. ఈ దృష్ట్యా గమ్య సాధనకు సంసిద్ధత ఎంతో ముఖ్యం అని స్పష్టం అవుతోంది.

మీ అమ్మకం వృత్తిలో ప్రారంభదశలో మీరు చాలా కష్టపడి ఈ క్లిష్ట శిక్షణాంశాలలో కొన్నింటినైనా నేర్చుకోవడానికి కొంత అవస్థ పడక తప్పదు. ఇలా అమ్మకం కార్యక్రమానికి సంసిద్ధతను చేకూర్చుకుంటే మీ విజయసాధనలో అది ఎంతో తోడ్పడుతుంది.

కాలవ్యవధి నిర్ణయం : ఈ సంసిద్ధతలో అంతర్భాగమే కాలవ్యవధి నిర్ణయం. వ్యక్తి, వ్యవస్థ, లక్ష్యాలు, ఆటంకాల విధానంలో నిమగ్నులైతే – మీకు ముఖ్యంగా తెలియాల్సిన విషయం – మీ కొనుగోలుదారుతో ఎంత సమయం గడపవచ్చు? అనేది. ఈ విషయంలో మీరు కొంత కాలవ్యవధిని నిర్ణయించుకున్నట్లయితే –కొనుగోలుదారు మిమ్మల్ని ప్రత్యేకంగా కోరితే తప్ప ఆ కాలవ్యవధిని అధిగమించకూడదు.

కొందరు కొనుగోలుదారులు అనూహ్యంగా దేనికోసమో తొందరపడుతూ ఓర్పు కోల్పోతుంటారు. వారి అవసరం ఏమిటో విశ్లేషించి తెలుసుకొనేలోగానే ఇది జరుగుతూ ఉంటుంది. వారు ఏవేవో ఆలోచనల్లో మునిగి ఉండి మనం చెప్పే విషయాలు అన్నీ వినలేక 'సూటిగా అసలు విషయాలు ఏమిటో చెప్పండి' అంటుంటారు. కొనుగోలుదారు మీ ఉత్పత్తిని గురించి 'ఇది నాకు ఏ విధంగా ఉపయోగపడుతుంది? దీని ధర ఎంత?' అని అడిగినప్పుడు మీరు వెంటనే అతడి అవసరాలు తీర్చగలిగేట్లుగా ఈ ఉత్పత్తి వల్ల అతడికి కలిగే లాభాలను గురించి అతడికి చెప్పగలగాలి. ఇక్కడ మీరు మీ కొనుగోలుదారులో ఆశ్చర్యభావం కలిగేటట్లు చేయడానికి –మీ ఉత్పత్తిని లేక సర్వీసును కొనుగోలు చేయడానికి ప్రజలు భారీ ఎత్తున ఎందుకు ముందుకు వస్తున్నారో బలంగా చెప్పగలిగాలి. ఈ సందర్భంలో మీకు మీ కొనుగోలుదారుని అనేక ప్రశ్నలు వేయ్యాలి. మీ ప్రశ్నలకు సరైన ప్రతిస్పందనగా సమాధానం లభిస్తే (తరచుగా లభిస్తూనే ఉంటుంది) అప్పుడు మీరు చెప్పాల్సినది – ఇప్పుడు మనం అసలు విషయానికి వద్దాం– అని అలా అంటూ మీరు మీ ప్రణాళిక ప్రకారం

అనుభవజ్ఞుడైన విక్రేతగా మీ ఉత్పత్తులను గురించి వివరణ కార్యక్రమాన్ని కొనసాగించాల్సి వుంటుంది.

కొనుగోలుదారు అడిగే ప్రశ్నలకు జవాబులు ఎలా చెప్పాలో తెలియక దారి తప్పి బెంబేలు పడిపోవాల్సిన అవసరం ఏమీ లేదు. మీ ప్రణాళికను సరిగా దృష్టిలో ఉంచుకొని మీరు వేసే ప్రతి అడుగును గురించి గుర్తుపెట్టుకుని ముందుకు సాగాలి. కాని మీరు మీ ఉత్పత్తులను గురించి వివరిస్తూ ఉండగా కొనుగోలుదారు మధ్యలో అడ్డువస్తే, మళ్ళీ మళ్లీ అలా చేసి మీరు మీ వివరణను ఆపి 'మిత్రమా! నేను నీకు ఎంతగానో సహాయపడాలని నిజంగానే కోరుకుంటున్నాను. మీకేవో అనుమానాలు వస్తున్నాయి కాబట్టి ఇప్పుడు ఈ చర్చను ముగించి మరోసారి కలుసుకొనే ఏర్పాటు చేసుకుందామా!' అని అడగాలి. కొనుగోలుదారు 'సరే'అన్నట్లయితే తర్వాతి సమావేశానికై తేదీని, సమయాన్ని నిర్ణయించి అతడికి చెప్పి. వెంటనే అక్కడనుండి వెళ్ళిపోవడం మంచిది. దాని వెంటనే మీ అమ్మకాల నిర్వహణ అధికారిని కలుసుకొని ఈ కొనుగోలుదారుతో జరిగిన సంభాషణను అంతటిని గురించీ వివరించాలి. కొందరికి చాలా తొందరగానే తమ నైపుణ్యానికి మూలకారణం అర్థమయ్యి, మరికొందరికి తాము ఎక్కడ వైఫల్యం చెందుతున్నామో తెలియక అమ్మకాన్ని గురించిన చర్చను కష్టంగా కొనసాగిస్తూనే ఉంటారు. ఇట్టి పరిస్థితిలో ఏ కారణాల వల్ల మీరు వైఫల్యాన్ని ఎదుర్కోవాల్సి వచ్చిందో మీ పై అధికారులు నిర్ధారించి మీకు చెప్పగల్గుతారు.

కొనుగోలుదారు మీ ఉత్పత్తిని కొనడానికి తాను సంసిద్ధంగా ఉన్నట్లు ప్రకటిస్తూ అనేక ప్రశ్నలు అడుగుతాడు. ఉదాహరణకు - ఈ ఉత్పత్తిని ఎన్ని పరిమాణాలలో మీరు అందజేస్తున్నారు? ఈ ఒక్క రంగంలోనే వీటిని తయారుచేస్తున్నారా? అనీ, ఇలా జరిగినప్పుడు మీరు అడగాల్సిన ప్రశ్న – 'ఏ సైజులో, ఏ రంగులో ఉండేది మీకు కావాలో చెప్పండి దానిని మీకు అందిస్తాను' అని, అతడు తన ఇష్టాలను వెల్లడించినపుడు వారి ఆర్డరును రాసి పెట్టుకోండి. అంతే తప్ప అంతటితో అమ్మకాన్ని ముగించి వెళ్ళిపోయే ప్రయత్నం చేయవద్దు.

అవసరాలను గ్రహించే యత్నం

ఇప్పుడు ఇక మనం వాస్తవ ప్రపంచంలోకి రావాలి. ఇప్పుడు మీరు వ్యక్తిని గురించీ, అమ్మకం వ్యవస్థను గురించీ, లక్ష్యాలను గురించీ, వాటిని చేరుకొనడంలో అవరోధాలను గురించీ తెలుసుకున్నారు కాబట్టి ఇకపై ఏం చెయ్యాలి? మీ అమ్మకం కార్యక్రమంలోని తదుపరి ఘట్టమైన అవసరాల అవగాహనను ప్రారంభించాలి.

8

దీపాలను వెలుగనివ్వాలి- అవసరాల అవగాహన

మీ ఖాతాదారు అవసరాలు ఏమిటో తెలుసుకున్నట్లు మీకు నమ్మకం ఏర్పడినప్పటికీ, రెండు కారణాల వల్ల మీరు మీ పరిశీలనను కొనసాగిస్తూనే ఉండాలి. ఆ కారణాలు ఏమిటంటే - 1. అది లోతైన, నిజమైన అసవరమనీ, ఏదో బాహ్యంగా కానవచ్చే తాత్కాలిక లక్షణం కాదనీ, మీకు సంపూర్ణమైన నమ్మకం కలిగేట్లు చేసుకోవాల్సి ఉండడం. 2.కొనుగోలుదారు తనకొక అవసరం ఉన్నదని గ్రహించడని మీరు నిర్ధారించుకొనగల్గడం.

గృహస్థాయిక సుస్థిరత

చాలా సంవత్సరాల క్రితం బ్రియాన్‌ఫ్లానగన్ నాకు గృహస్థాయిలో సుస్థిరతను గురించి తెలియజేశారు. ప్రకృతి ధర్మమైన గృహస్థాయి సుస్థిరత తెలియజేసేది ఏమిటంటే - ప్రతి జీవీ బాహ్యమైన ఒత్తిడి తనను బలవంతపెట్టేవరకు తన స్వస్థలంలో పూర్తి సుస్థిరతలోనే ఉంటుంది- అని. బాహ్యమైన ఒత్తిడి ఆ జీవికి ప్రకృతి సిద్ధంగా ఉన్న స్థిరత్వాన్ని భగ్నం చేస్తుంది. అందువల్ల ఆ జీవి తన

సుస్థిరతను కోల్పోతుంది. మనం మన స్థానం నుంచి వైదొలగాల్సిన పరిస్థితి ఏర్పడితే తప్ప ఎట్టి చర్యలకూ పూనుకొనము. అలా సుస్థిరతను కోల్పోయినపుడు మాత్రము దానిని సరిదిద్దుకోవడానికి లేక తిరిగి సుస్థిరతను చేకూర్చుకొనడానికి ప్రయత్నిస్తాము.

ఈ గృహస్థాయి సుస్థిరత లక్షణం కారణంగానే కొనుగోలుదారు తనకొక అవసరం ఉన్నదని - విక్రేత తనకు తెలియజెప్పినపుడు - తెలుసుకోనగల్గుతున్నాడు. కొనుగోలుదారు ఎక్కడ తన సహజ సుస్థిరతను కోల్పోయాడో తెలియజెప్పడం ద్వారా అనుభవజ్ఞుడైన అమ్మకందారు ఆ గృహస్థాయి సుస్థిరతను మార్చివేయగల్గుతున్నాడు.

స్థిరభావాలు లేని కొనుగోలుదారులు

కొనుగోలుదారులో ఉన్న సుస్థిరతను భగ్నం చేయాలని మీకు చెప్పడం లేదు. కాని మీరు కొనుగోలుదారుని భావాలలో వ్యత్యాసం, ఊగిసలాట ఎక్కువ ఏర్పడితే కనిపెట్టి దానిని కొనుగోలుదారునకు నచ్చే రీతిలో ఎరుకపరచాలి. దీని సారాంశం ఏమిటంటే - కొనుగోలు రంగంలో ఆలోచనల అస్థిరత్వాన్ని అతనికి తెలియజేయడం వల్ల తన పరిస్థితి పట్ల అతను అసంతృప్తి జెంది యోచన చేయడం ప్రారంభిస్తాడు. దాని పర్యవసానంగా మీరు మీ ఉత్పత్తిని అతడికి అమ్మగల అనుకూల పరిస్థితి ఏర్పడుతుంది. ఇందుకు ముఖ్యకారణం కొనుగోలుదారు తనలోని అస్థిరతను పోగొట్టుకుని తన సమస్యను పరిష్కరించుకోవాలని కోరుకుంటూ ఉండడం.

ఇలా కొనుగోలుదారు తనలోని అస్థిరతను గురించి ఎప్పుడైతే తెలుసుకొనగలుగుతాడో - అప్పుడు మూడు పనులు జరిగే అవకాశం ఉంది. మొదటిది - విక్రేత ఈ అమ్మకం కార్యక్రమం పూర్తిచేసి తనకు దానినుండి లభించగల రుసుమును ఎలా ఖర్చు చేయాలా అని ఆలోచించడం ప్రారంభిస్తాడు.

రెండవది – కొనుగోలుదారు తనలోని అస్థిరతను తెలుసుకొనగల్గుతాడు కానీ అమ్మకందారు తన ఉత్పత్తి కొనుగోలుకై ఆర్డరును వెంటనే అడగకుండా జాప్యం చేస్తాడు. ఇలా జరిగినప్పుడు, కొనుగోలుదారు కొంత సేపటికి తనలో తన అవసరాలను గురించి భావసుస్థిరత ఏర్పడి తాను అసౌకర్యం అనుభవించిన సంగతిని కూడా మరచిపోతాడు. మూడవది – కొనుగోలుదారు తనలో అస్థిరత ఏర్పడిందని గ్రహించగల్గుతాడు కాని అమ్మకందారు వెంటనే అతడి నుండి ఆర్డరు తీసుకొనే ప్రయత్నం చేయడు. ఈ పరిస్థితిలో పోటీదారు రంగప్రవేశం చేసి కొనుగోలుదారునుండి ఆర్డరు తీసుకుని తన ఉత్పత్తిని కొనుగోలుదారుకు అమ్మివేస్తాడు. అప్పుడు నష్టపోయి దుఃఖపడేది ఎవరు? – మీరే.

అవసరాల అవగాహనపై శిక్షణ

కొనుగోలుదారు తనలో కొంత అస్థిరత ఏర్పడిందని తెలుసుకొనేట్లు చేయడానికి మీరు అతణ్ణి కొన్ని ప్రశ్నలు అడగాలి. ఈ ప్రశ్నలు మీ ఉత్పత్తి, మీ పారిశ్రామిక సంస్థ, ధరల విధానం, దరఖాస్తు పెట్టుకోవడం, పోటీదారులను ఎదుర్కొనడం ఇత్యాది అనేక విషయాలపై ఆధారపడి ఉంటాయి.

1. ఉత్పత్తిని గురించిన పరిజ్ఞానం

మీ దగ్గర లభించే ఉత్పత్తిని గురించి గానీ, సర్వీసును గురించిగానీ, కొనుగోలుదారులో ఆసక్తి ఎప్పుడు కలుగుతుంది? మీకు మీ ఉత్పత్తిని గురించి సమగ్రమైన అవగాహన ఉన్నప్పుడు, మీ ఖాతాదారులకు సంతృప్తిని కలిగించే రీతిలో వారికి విసయాలన్నీ వివరించి చెప్పగలిగినప్పుడు. ఏ వస్తువును గురించియైనా మనకు సరియైన అవగాహన లేకపోతే కొనుగోలుదారులలో ఎలా ఉత్సాహాన్ని కల్గించగల్గుతాం? అందువల్ల మీ ఉత్పత్తిని గురించిన చరిత్ర అంతా మీకు తెలియాలి. దాని ఉత్పత్తి ఎలా జరిగింది? అది మనకు చేకూర్చే

ప్రయోజనాలు ఏమిటి? మీరు మీ ఉత్పత్తిని గురించి చాలా నిలకడగా అధ్యయనం చేయాల్సి ఉంది. ఇటీవల దాన్ని మెరుగుపరచే ప్రయత్నాల్ని గురించి కూడా మీకు క్షుణ్ణంగా తెలిసి ఉండాలి.

2. పరిశ్రమను గురించిన పరిజ్ఞానం

మీరు పనిచేస్తున్న పరిశ్రమను గురించి ఎంత ఎక్కువగా తెలుసుకొనగల్గుతారో అంత అధికంగా దాని ప్రాముఖ్యాన్ని అర్థం చేసుకొనగల్గుతారు. మళ్ళీ ఒకసారి మీ పరిశ్రమను గురించిన చరిత్రలోకి వెళ్ళండి. ఈ రకరకాల ఉత్పత్తులు, సేవలు క్రమక్రమాభివృద్ధి చెందుతూ ప్రస్తుతస్థాయికి ఎలా వచ్చాయో అర్థం చేసుకోండి. ఇప్పుడు ఈ పరిశ్రమ చరిత్రకు అతీతంగా దీని భవిష్యత్తును విశ్లేషించండి. రానున్న ఐదు లేక పది సంవత్సరాల కాలంలో మీ పరిశ్రమ ఏ స్థాయికి చేరుకోబోతోంది? అది ఏయే రీతులలో ముందు ముందు అభివృద్ధి చెంది హెచ్చుమంది ప్రజలకు మీరు తోడ్పడగలిగేట్లుగా ఎలా అవకాశాలు కల్పించబోతోందీ? యోచన చేయండి.

ప్రతి పరిశ్రమకూ దాని విశేషాలను తెలిపే పత్రికలు, పుస్తకాలు ఉంటాయి. వాటిలో వివిధ అంశాలను గురించిన వ్యాసాలు, పెరుగుదల విశ్లేషణ పట్టికలు, న్యాయం, చట్ట సంబంధమైన అత్యాధునిక సమాచారం, దానిని ప్రచారంలోకి తెచ్చే విధానంలో దానిలో పనిచేస్తున్న వివిధవ్యక్తులను గురించి వాటిలో అందరికీ సమాచారం లభిస్తుంది. మీ ఉత్పత్తుల అమ్మకానికై మరోసారి కొనుగోలుదారుల వద్దకు వెళ్ళినప్పుడు ఎంత ప్రయోజనకరంగా వ్యవహరించగలరు? అనే విషయం మీ పరిశ్రమను గురించి మీకున్న పరిజ్ఞానంపై ఆధారపడి ఉంటుంది. అంతేకాక కొనుగోలుదార్లు వ్యవహరించే రీతులను మీరు లోతుగా అర్థం చేసుకొనగలిగితే మీ అమ్మకం వృత్తిలో ఉన్న అనేకమంది కంటే మీరు ముందు ఉండగల్గుతావు.

3. ఉత్పత్తి ధరను గురించిన పరిజ్ఞానం

మీ ఉత్పత్తి లేక సేవకు మీరు మీ కొనుగోలుదారునుండి కోరుతున్నంత పెట్టుబడి ఎందువల్ల అవసరమవుతున్నది? మీ కొనుగోలుదారుకు ఇచ్చే ఏ ప్రయోజనాల దృష్ట్యా ఇంతధర సమర్ధనీయం అవుతుంది? ఈ ధర నుండి మీకు లభించే లాభం ఎంత ఉంటుందో నీకు తెలుసా? ఉత్పత్తి తయారీకి, ఇతర ఏర్పాట్లకు అయిన ఖర్చు అనగా దాని వాస్తవిక విలువలకు, దానికి నిర్ణయించే ధరకు మధ్య ఉన్న వ్యత్యాసం మీకు తెలుసా?

ఉత్పత్తి ధర నిర్ణయంలో అనేక అంశాలు కలిసి ఉంటాయి. ఈ ఉత్పత్తులు సరిగా అమ్మకం కాలేకపోయినచోట్లలో కూడా తగినంత హెచ్చుగ లాభాలు గడించగలిగేట్లుగా మారుతున్న ఆర్థికవ్యవస్థను, హెచ్చుతగ్గులు అవుతుండే ధరలను దృష్టిలో పెట్టుకొని అన్నివిధాలా సమర్ధవంతంగా ఉండేట్లు ధరను నిర్ణయించాలి. అయితే అమ్మకం రంగంలో ఉండే మనవంటి చాలామందికి ఈ విషయాలతో పని ఉండదు. కాని మనం మన కొనుగోలుదారునికి మన ఉత్పత్తి లేక సర్వీసు ధర ఎందువల్ల, ఎలా సక్రమమే అయినదో వివరించి చెప్పి అతడిలో నమ్మకం కలగజేయాల్సి ఉంటుంది.

అధికశాతం అమ్మకాలలో ప్రధాన అంశం ఉత్పత్తి ధరయేనని చాలామంది అమ్మకందారులు భావిస్తూ ఉంటారు. కాని అత్యధిక భాగం అమ్మకాలలో ఉత్పత్తి ధర లేక దానితో సంబంధం లేనిదైన ఉత్పత్తి ప్రయోజనమే ప్రధానాంశం అని నేను గ్రహించగలిగాను.

మిసోరి ఫార్మింగ్టన్‌కి చెందిన బిల్‌కల్లవే- మిసోరీ ఫ్లాల్‌రివర్‌లోని పర్సనల్ కంప్యూటర్లు అమ్మే సప్లై కంపెనీలో అమ్మకందారుగా ఉన్నపుడు తనకున్న అనుభవం దృష్ట్యా ఈ విషయంలో నాతో ఏకీభవించాడు. అతనొక నర్సింగ్‌హోంకు వెళ్ళాడు. దాని యజమానులు ఈ ప్రతిపాదనను గురించి

తమ వారితో చర్చించుకొని జవాబు చెబుతాం అన్నారు. అంటే వాళ్ళు దానిని గురించి ఆలోచించుకో దలచారన్నమాట. వాళ్ళ నుండి ఆర్డర్ దొరుకుతుందేమోనని అతడు చాలా ప్రయత్నం చేశాడు కాని ఈ విషయాన్ని చర్చించి నిర్ణయం తీసుకోవడానికి నిజంగానే వారికి మరింత సమాచారం అవసరం అయినందున ఆ అమ్మకం జరగలేదు. ఒక వారం తర్వాత అతడికి ఒక చెడువార్త అందింది. అదేమిటంటే– ఆ నర్సింగ్‌హోం యజమానులు సెయింట్‌లూయిలో ఇటువంటి కంప్యూటర్‌ను గురించే సమాచారం సేకరించగా, ఈ కంప్యూటర్ల సంస్థ ఉత్పత్తి చేసినదే మరో మోడల్ 16వందల డాలర్లు తక్కువ ధరకు దొరుకుతూ ఉండడం, అందువల్ల వారు ఆ తక్కువధరల కంప్యూటరును కొనుగోలు చేయడానికి ఇష్టపడ్డారు.

ఇప్పుడిక బిల్ నిర్ణయించుకున్నాడు – కొనుగోలుదారు తన వద్దనుండి మరలి వెళ్ళిపోయే పరిస్థితి కల్పించరాదనీ, వాళ్ళకు నిజంగా ఏది ఇష్టమో, ఏది అవసరమో అదే లభించేటట్లు చేసి వారికి సహాయపడాలనీ.

అయితే బిల్ వారిని తన దారికి తెచ్చుకోవడానికి వారితో ఈ విధంగా అన్నాడు, 'చూడండి. మీ ఇప్పటి అవసరాలూ, భవిష్యత్తులోని అవసరాలూ దృష్టిలో పెట్టుకొని మీరు ఎంపిక చేసే కంప్యూటర్ ఎంతకాలం చక్కగా పనిచేయగలదిగా ఉండాలని మీరు కోరుకుంటున్నారు' అని. కొనుగోలుదారు జవాబు ఇచ్చాడు, 'కనీసం పది సంవత్సరాలు' అని.

బిల్ అప్పుడు వారికి తన వద్ద కంప్యూటర్ కొంటే కలిగే ప్రయోజనాలను చెప్పడం ప్రారంభించాడు. నేను మీకు ఇస్తానన్న కంప్యూటర్ ధరకు, మీరు సెయింట్ లూయిస్‌లో మీరు చూచిన కంప్యూటర్ ధరకు మధ్య వ్యత్యాసం 16 వందల డాలర్లు కదా! ఈ కంప్యూటర్ కనీసం పది సంవత్సరాల పాటు మీ వద్ద సక్రమంగా పనిచేయగలగాలి అనిమీరు ఆశిస్తున్నారు కాబట్టి ఈ పదేళ్ళ కాలంలో ఈ ధరల వ్యత్యాసమైన 16వందల డాలర్లు మీకు ఎంత వ్యత్యాసాన్ని

కలుగజేస్తాయి. ఎంత వ్యత్యాసం అంటే వాస్తవానికి ఏడాదికి 160 డాలర్లు. నెలకు సుమారు 13 డాలర్లు. రోజుకు పాయింట్ 43 డాలర్లు మాత్రమే కదా! మా కంపెనీ మీకు ఈ కంప్యూటర్ల నిర్వహణలో చాలా ముఖ్యమైన శిక్షణ ఇవ్వడానికీ, సర్వీసు చేయడానికీ సమ్మతించినందువల్ల , మా భావాలతో మీరు ఏకీభవిస్తున్నందువల్ల మా కంపెనీతో వ్యాపారం చేయడానికై రోజుకు పాయింట్ 43 డాలర్లు అదనంగా ఖర్చు చేయడం మీకు ప్రయోజనకరం కాజాలదా? అని... ప్రశ్నించాడు. 'అవును, ప్రయోజనకరమే' అనేదే కొనుగోలుదారునుండి లభించిన జవాబు. బిల్ తన ప్రయత్నం ఫలించి ఈ సమాధానం పొందినందుకు ఎంతో ఆనందించాడు. అయితే బిల్ తన ఖాతాదారును కలుసుకున్న ప్రథమదశలోనే తన కంప్యూటర్‌కు సంబంధించిన సమాచారాన్ని అంతటినీ వారి ముందే విరచిమ్మలేదు. ఆర్డర్ కోసం అడిగేటప్పుడు చెప్పడానికి వీలుగా కొన్ని అదనపు విషయాలను భద్రంగా తన వద్దనే ఉంచుకున్నాడు.

ఇక్కడ అందరూ గుర్తించుకోవలసిన ఒక ముఖ్య విషయం ఉంది. మనకు ముందు ముందు కలుగబోయే నష్టాన్ని గురించిన 'భయం' మనకు లభించే లాభం ద్వారా కలిగే సంతోషం కన్న బలమైనది. బిల్ తన కొనుగోలుదారును తన దారికి తెచ్చుకోవడానికి అడిగిన ప్రశ్నల సారాంశం, విధానం ఇది - 'మీరు ఈ పది సంవత్సరాలూ మా సేవల ఫలితం మనశ్శాంతిగా ఉండడానికి రోజుకు పాయింట్ 43 డాలర్ల అదనపు ధర సమర్థనీయం కాదా? కొన్నాళ్ళపాటు లేక ఒక వారం పాటులేక ఒక రోజు కంప్యూటర్ సరిగా పని చేయకపోతే మీకు కలిగే నష్టం ఎంతో లెక్కలు వేసుకున్నారా? అని.

ఖాతాదారుకు కంప్యూటర్ ఒక్కరోజైనా పనిచేయలేకుండా ఉండడమే నిజంగా 'భయం' కలిగించే విషయం. అయితే ఈ సంఘటనలో ఈ రెండు రకాల కంప్యూటర్ల ఉత్పత్తినీ ఒకే సంస్థ చేస్తున్నది. అలాగే రెండురకాల కంప్యూటర్ల బాహ్య ఆకృతి కూడ దాదాపుగా ఒక్కటే. రెండింటి మధ్యా ఉన్న ముఖ్యమైన

తేడా ఏమిటంటే తక్కువధరకు లభిస్తున్న కంప్యూటర్‌కు సర్వీసు గ్యారంటీ లేదు. ఎక్కువధర ఉన్న ఈ కంప్యూటరుకు పదిసంవత్సరాల వరకు ఉచిత సర్వీసులు లభ్యం అవుతూ సర్వీసు గ్యారంటీ లభిస్తున్నది.

అతి పెద్ద అంశం : ధరలో డబ్బును మించిన ఒక గొప్ప విషయం ఇమిడివుందన్న విషయాన్ని ఎంత మాత్రం మరవకూడదు.

4. ఉపయోగాన్ని గురించిన పరిజ్ఞానం

మీ ఉత్పత్తి ఎందుకు ఉపయోగిస్తుందో చెప్పగలిగేతే కొనుగోలుదారుకు మీ ఉత్పత్తి ఎలా అవసరమో తెలియచేయడానికి వీలు అవుతుంది. ఉత్పత్తిని వాడుకలోకి తెస్తేనే దాని ఉపయోగం ఏమిటో తెలుస్తుంది. ఉపయోగం తెలిస్తే దానిని మన మాటల్లో చెబుతూ అమ్మకం బ్రహ్మాండంగా చేయవచ్చు. మీ ఉత్పత్తులకు, సేవలను ఏ విధంగా ఉపయోగంచవచ్చునో, మీకు ముందుగా అర్థం అయితే మీ అమ్మకం కార్యక్రమాన్ని ఇతరులు కూడ అర్థం చేసుకొనేట్టు చేయగల్గుతారు. మీరు హెచ్చుమందికి సహాయపడుతూ హెచ్చుగా అమ్మకాలు చేయగల్గుతారు.

5. పోటీదారులను గురించిన పరిజ్ఞానం

మీరు అమ్మకంలో విఫలమైతే, అది ఎందువల్లనో మీకు తెలుసా? చాలా సందర్భాలలో మీరు పోటీదారులను ఎదుర్కోవాల్సి ఉండడం. ఎవ్వరితో మీరు పోటీ పడుతున్నారో మీకు తెలుసా? మీ పోటీదారుతో ఎందువల్ల పోటీపడుతున్నావో మీకు తెలుసా? మీరు మీ అమ్మకాలను మీ పోటీదారుకు ఎందుకు ఎలా వదులుకుంటున్నారో తెలుసా? మీకు మీ పోటీదారులను గురించి బాగా తెలియాలి. ఇది తెలిస్తే మీరు మీ కొనుగోలుదారుల అవసరాలను ఎలా తీర్చగల్గుతారో మీకు తెలుస్తుంది. ఇది సమాచార యుగం. ఇప్పుడు లభ్యం

అవుతున్న సాంకేతిక విజ్ఞానాన్ని పూర్తిగా సద్వినియోగ పరచుకొని పోటీలో ముందు స్థానాన్ని సాధించుకోండి.

సుస్థిరతను కోల్పోయిన పరిస్థితులు

మీకు అమ్మకాన్ని గురించిన పరిజ్ఞానం బాగా ఉన్నట్లయితే మీరు కొనుగోలుదారును అనేక ప్రశ్నలు అడగవచ్చు. కొనుగోలుదారులకు ఏర్పడిన సందిగ్ధ స్థితిని అతనికి చూపడంలో .... మీరు గుర్తు ఉంచుకోవలసిన ముఖ్య విషయం - మీ వద్ద కొనుగోలుదారుని సమస్యకు పరిష్కారం ఉన్నదని నిర్ధారించుకొనగల్గడం. సమస్యల పరిష్కారానికి మార్గం దొరకక పోతే అంతకంటే దుర్భరమైన పరిస్థితి మరొకటి ఉంటుందా? మీరు వ్యాపారరంగంలో పనిచేస్తున్నది ఇతరులకు సహాయపడడానికా? లేక వారిని బాధపెట్టడానికా? మీరు కొనుగోలుదారు సమస్యను పరిష్కారించగలిగేట్లు అమ్మకం చేయగలిగితే, అతనిలోని అనిశ్చితను తొలగించగలిగితే మీకు బహుమతి లభించినట్లే. దీనిలో మీరు మీ కొనుగోలుదారూ, ఇద్దరూ విజయవంతులు కాగలుగుతారు కదా! మీరు మీ కొనుగోలుదారుడి విశిష్ట ప్రయోజనాలే మీ మనస్సులో పెట్టుకోకపోతే మీరు అతడికి హాని కలిగిస్తున్నట్లే కదా!

అన్ని దీపాలూ వెలుగుతున్నాయా?

వెలుగునీమీద పడితే- అనగా మీ కొనుగోలుదారుకు ఒక అవసరం ఉన్నదని తెలిసి, దానితో పాటే మీదగ్గిర ఆ సమస్యకు పరిష్కారం ఉన్నట్లయితే - అలాగే ఈ వెలుగు కొనుగోలుదారు మీద కూడ పడితే అనగా - తనకు ఒక సమస్య ఉన్నదనీ దానికి పరిష్కారం మీ వద్ద ఉన్నదనీ అతనికి తెలిస్తే - మీరు అమ్మకం కార్యక్రమంలోని అవసరాల పరిష్కారం విభాగం వైపునకు కదలివెళ్ళాల్సి వుంటుంది.

9

ప్రజల సమస్యలు తీర్చగలిగే అమ్మకం – అవసరాల పరిష్కారం

లూసియానాలోని లాఫాయేట్టే వాస్తవ్యుడైన జె.కెవిన్ జెంకిన్స్ ప్రజలు ఎదుర్కొనే వివిధ ఆరోగ్య సమస్యల పరిష్కారానికి అవసరమైన ఉత్పత్తుల అమ్మకం చేశాడు. పొత్తికడుపు వంపును, రక్తప్రసారాన్ని, కండరాల బిగువు సడలింపును, మనశ్శాంతిని, ఒత్తిడిలేని సౌలభ్యాన్ని, మనసు, శరీరాల ప్రశాంతిని పరిరక్షించటానికి అవసరమైన ఉత్పత్తులను అతడు అమ్మాడు.

కెవిన్ ఈ ఉత్పత్తుల అమ్మకాన్ని సాధించడానికై, వైద్యవృత్తిని నిర్వహిస్తున్న డాక్టర్లు, చేతులకు, కాళ్లకు వైద్యం చేసే వారు ఈ ఉత్పత్తులను చాలా కాలం ఉపయోగించి దానివల్ల వ్యక్తి ఆరోగ్యం, సంక్షేమం ఎలా మెరుగు అయినాయో చెబుతూ ఇచ్చిన వాస్తవ సమాచారాన్ని అందచేస్తూ కొనుగోలుదారుల వద్దకు వెళ్లాడు. వారు తన ఉత్పత్తిని ఉపయోగించడం వల్ల ఎలా ప్రయోజనం పొందారో, పోటీదారుల ఉత్పత్తులతో పోల్చి చూచినపుడు కొనుగోలుదారు సమయం కనీసం రెండుగంటలసేపు ఎలా వృథాకాకుండా ప్రయోజనం కలిగించిందో తెలిపే నిరూపణ పత్రాలను పూర్వపు ఖాతాదారులనుండి తీసుకొని కొత్త

కొనుగోలుదారుల ముందు ఉంచాడు. అతడు తన ఖాతాదారులతో చెప్పిన విషయాలు అన్నీ వారి ప్రయోజనాల సాధనను నిరూపించేవే కావడం విశేషం. ఈ ప్రయోజనాల కోసమేకదా ఎవరైనా ఎవరి నుంచైనా ఏ వస్తువునైనా కొనుగోలు చేయడం జరిగేది.

ఈ విషయాలు పరిశీలించిన తర్వాత కెవిన్ తన అమ్మకాలలో గొప్ప గమ్మత్తు చేశాడని కొంత మందికైనా అనిపించక తప్పదు. అయితే నేనిక్కడ ఒక ప్రశ్న అడుగుతాను జవాబు చెప్పండి. నిజానికి ఈ ప్రయోజనాలు అన్నీ మీకు ఏవిధంగా లభిస్తాయో మీకు నేరుగా చూపించినట్లయితే మీరు ఆ ఉత్పత్తి పట్ల శ్రద్ధ చూపుతారా? కెవిన్ జెంకిన్స్ తన ఉత్పత్తి వల్ల ఎంతమంది ఎలా ప్రయోజనాలు పొందుతున్నారో లెక్కలు చూపించి తన అమ్మకంలో విజయం సాధించి, మిగతా అమ్మకందారులు కూడా విజయం సాధించేట్లు చేశారు.

ఇక్కడ తెలుసుకోవలసిన ముఖ్య విషయం ఏమిటంటే - కొనుగోలుదారు వ్యక్తిగతంగా ఎంత ఎక్కువ ప్రయోజనాన్ని పొందుతున్నాడో అతని కళ్ళ ఎదుట చిత్రీకరించి చూపించడమే. కొనుగోలుదారు ఈ ఉత్పత్తులనుండి అన్ని ప్రయోజనాలు పొంది మంచి విలువైన కారును నడుపుతున్నట్టు, అనేక మంది నుండి ప్రశంసలు పొందుతున్నట్లు, అతడు విలువైన డ్రెస్ ధరించివున్నట్లు, ఒక సరస్సు సమీపంలో గృహం నిర్మించుకొని అ సరస్సుపై సూర్యాస్తమయాన్ని చూస్తున్నట్లు, తనకు లభించే ఆదాయం ద్వారా రిటైర్‌మెంట్ తర్వాత అన్నివిధాల సుఖపడుతూ జీవిస్తున్నట్లు కొనుగోలుదారుని గురించి అమ్మకం దారు మంచి ఆసక్తి కరమైన వాక్ చిత్రాలను రూపొందించాల్సి ఉంటుంది.

క్లుప్తంగా చెప్పాలంటే కొనుగోలుదారు ఈ ఉత్పత్తిని కొనడం ద్వారా అదనంగా వ్యక్తిగత ప్రయోజనాలను పొందగల్గుతాడని తెలిపే రీతిగా అమ్మకం ప్రచార వాతావరణాన్ని చిత్రించాల్సి ఉంటుంది.

రెండు అతిముఖ్య ప్రశ్నలు

మనం ప్రజల సమస్యలకు పరిష్కారాలను నిజంగానే చూపించేట్లయితే మన ఉత్పత్తులు ఏవీ అసలు అమ్ముడేకావు. నిజానికి ప్రజలు కొనేది మన ఉత్పత్తులనుండి లభించే ఉత్పుత్తులను, అనగా ప్రయోజనాలను మాత్రమే.

ఇక్కడ ఆగి, రెండు సాధారణ ప్రశ్నలకు జవాబు చెప్పాలని నేను మిమ్మల్ని ఇప్పుడు సవాలు చేస్తున్నాను. ప్రతి ప్రశ్నకు కనీసం మూడు జవాబులు ఉంటాయి. కాని వాటిని సాధ్యమైనంత సమగ్రంగా తెలియజేయాలి.

మొదటి ప్రశ్న: మీరు ఏమి అమ్ముతున్నారు?

1) ____________________

2) ____________________

3) ____________________

రెండో ప్రశ్న: మీ కొనుగోలుదార్లు ఏమి కొంటున్నారు?

1) ____________________

2) ____________________

3) ____________________

ఇప్పుడు మిమ్ములను మూడో ప్రశ్న అడగడానికి వీలు కలిగిస్తే, ఆ ప్రశ్న: ఈ పై రెండు జాబితాలలోని సమాచారం పరస్పరం అనుబంధించి ఉన్నదా? దీనికి సమాధానం. 'అవును' అని లభిస్తే – మీరు మీ పోటీదారులకంటే ఎన్నో మైళ్ళు ముందు నడుస్తూ ఉన్నారన్నమాట. మీరు పై ప్రశ్నలకు జవాబులు

ఆలోచించడానికి కొంతసేపు నిలబడకపోతే - చూడడానికి చాలా సాధారణమైనవిగా కానవచ్చే ఈ ప్రశ్నలకు జవాబులు ఇవ్వడానికై వీలు కలిగించేందుకు నేను మిమ్ములను ప్రోత్సహిస్తున్నాను. ఈ ప్రశ్నలకు మీరు ఇచ్చే జవాబులలోనే మీరు చేస్తున్న కృషి ఫలితం అంతా నిర్ధారితమై ఉంది. ఎవరైతే ఈ ప్రశ్నలకు జవాబులు ఇవ్వడానికి సమయం కేటాయించడానికి నిరాకరిస్తూ తమ ప్రాముఖ్యాన్నే తగ్గించుకుంటున్నారో వారే ఈ ప్రశ్నలకు జవాబులు తెలుసుకోలేని అయోమయ స్థితిలో ఉన్నారని స్పష్టం అయిపోతుంది.

ఈ ప్రశ్నలకు నేనిచ్చే జవాబులు వింటారా?

ఇంతకు ముందు మిమ్ము అడిగిన రెండు ప్రశ్నలకు నేను ఇచ్చే జవాబులు తెలుసుకోండి. మొదటి ప్రశ్న: మీరు ఏమి అమ్ముతున్నారు? అనేది. నా జవాబు ఏమిటంటే, ప్రజలు గతంలో తమను వెంటాడుతూ వస్తున్న వ్యతిరేక భావాలను వదిలివేసి, వర్తమానంలో అభివృద్ధిని సాధించి, భవిష్యత్తులో ముందుకు సాగడానికి ఆశను, ఆత్మవిశ్వాసాన్ని కల్పించే జీవితం మార్పు సాధనాలను అమ్ముతున్నాను అని. రెండో ప్రశ్న: మీ కొనుగోలుదారు ఏం కొంటాడు? అనేది. దానికి జవాబు గతంపై అధికారాన్ని సాధించి, వర్తమానంలో అభివృద్ధిని సాధించి భవిష్యత్తులో ముందుకు సాగడానికి ఆశను, ఆత్మవిశ్వాసాన్ని కలిగించే జీవితం మార్పు సాధనాలను కొనుగోలుదారు కొంటాడు అని. అవును, ఇవి రెండూ జగతా ఉన్నాయి.

ఆకృతి- పనితీరు- ప్రయోజనం

అమ్మకం వృత్తి చాలా విస్తారమైనది. ఆ వృత్తిలో ఉత్పత్తుల ఆకృతులు, పనితీరు, కలిగే ప్రయోజనాలను గురించి చాలా చర్చ జరుగుతున్నది. కాని అద్భుతమైన ఈ అంశాల అసలు రూపాలు ఏమిటి? కొనుగోలుదారుని అవసరాలను గురించిన అవగాహన కలగాలంటే ఈ కీలక పదాల మౌలిక ఆధారమైన నిర్వచనాలను అర్థం చేసుకోవాల్సి ఉంటుంది.

ఆకృతి : ఇది ఉత్పత్తి లేక సేవలో భాగం. లేక ఈ ఉత్పిత్తి లేక సేవయే. ప్రతి ఉత్పత్తికీ, సేవకు అనేక ప్రత్యేక అంశాలూ, రూపాలూ, ఉండవచ్చు. ఉదాహరణకు ఒకబాల్‌పాయింట్ పెన్‌కు క్లిప్ ఉంటుంది. ఇది ఒక రూపం.

పనితీరు : అంటే ఉత్పత్తి లేక సేవలోని ఒక ప్రత్యేక భాగం చేసే పని లేక ఆ ఉత్పత్తి లేక సేవలోని ఒక ప్రత్యేక భాగం కలిగించే ప్రయోజనం. ప్రతి ఉత్పత్తికీ, సేవకూ అనేక ధర్మాలు ఉండవచ్చు. ఉదాహరణకు బాల్‌పాయింట్ పెన్‌కు ఉన్న క్లిప్‌కు ఉన్న ప్రయోజనం – పెన్ను జేబునకు పట్టుకొని ఉండేట్లు చేస్తుంది.

ప్రయోజనం : అంటే కొనుగోలుదారుకు– ఖాతాదారుకు ఆ ఉత్పత్తి ఆకృతి వల్ల, పనితీరు వల్ల కలిగే సౌకర్యం. ప్రతీ ఉత్పత్తికీ, సేవకూ అనేకంగా సౌకర్యాలు ఉండవచ్చు. ఉదాహరణకు బాల్‌పాయింట్ పెన్ క్లిప్– మనలో ఆ పెన్ను జేబు లోంచి కింద పడిపోతుందనే భయాన్ని, ఎక్కడో వదలి వేస్తామేమోననే భయాన్ని ఆందోళననూ తొలగించి, ధననష్టం నుండి మనల్ని కాపాడుతుంది.

సాంప్రదాయిక ఉదాహరణ

ఆకృతి, పనితీరు, ప్రయోజనంపై శిక్షణ కార్యక్రమం నిర్వహించే వారు అందరూ బాల్‌పాయింట్ పెన్‌ను సాంప్రదాయిక ఉదాహరణగా స్వీకరిస్తారు. అయితే అమ్మకం వృత్తిలో ఉన్నవారి సంప్రదాయక ఉదాహరణ– వారి ఉత్పత్తి లేక సర్వీసు మాత్రమే. ఇక్కడ మీరు కాస్సేపు ఆగి మీరు అమ్ముతున్న ఉత్పత్తికి సంబంధించి మూడు ఆకృతులను, మూడు పనితీరులను, మూడు ప్రయోజనాలను చెప్పగలరా?

ఆకృతులు

____

____

____

పనితీరులు

____

____

____

ప్రయోజనాలు

____

____

____

కొనుగోలుదారుని అవసరాలకు పరిష్కారం చూపబోతున్నప్పుడు (అతని సమస్యకు పరిష్కారం చూపనున్నప్పుడు) మీరు ముందుకు సాగేది అతని అవసరంతోనే కదా. అలా అతని అవసరాలను గురించి ఆలోచిస్తున్నపుడు అతనికి కలగవలసిన ప్రయోజనాలు, ఆ ఉత్పత్తి లేక సేవ పనితీరుపై మీ కొనుగోలుదారుతో చర్చించవలసి ఉంటుంది కదా! అలా మీరు మీ

కొనుగోలుదారుని అవసరాలను తీర్చాలని ప్రయత్నిస్తున్నప్పుడు అతను మీకున్న పరిజ్ఞానానికి ముగ్ధుడై మీ ఉత్పత్తికి ఉన్న విలువను అర్థం చేసుకొనగల్గుతాడు, అయితే మీ ఉత్పత్తి వల్ల అతడికి కలుగనున్న పూర్తి ప్రయోజనాలను గురించి అతనికి మీరు పూర్తిగా వివరించే వరకు అతడు మీ దగ్గిర మీ ఉత్పిత్తిని కొనుగోలు చేయడానికై డబ్బును మీ చేతిలో పెట్టడు సుమా!

ఇక్కడ అమ్మకం వృత్తిలో ఉన్నవారందరూ బాగా అర్థం చేసుకోవలసిన విషయం ఏమిటంటే - కొనుగోలుదారు కొనేది పైకి కానవచ్చే ఉత్పత్తిని కాక ఆ ఉత్పత్తిని తాము ఉపయోగించడం ద్వారా తమకు కలిగే ప్రయోజనాలను మాత్రమేనని. కారు నడపడం నేర్చుకున్న మామూలు డ్రైవర్లలో అందరికీ 'యాంటీలాక్‌బ్రేకులు' అంటే ఏమిటో తెలియాలంటే-ప్రధాన రహదారులైన 'హైవేలలో' కొన్నిచోట్ల చాలా ఎత్తునుండి దిగువకు సాగుతూ ఏటవాలుగా ఉండే రోడ్లలో కారు బోల్తా కొట్టకుండా వేగాన్ని నిరోధించడానికై ఏర్పాటు చేయబడ్డ ప్రత్యేక బ్రేకులు అని విడమర్చి చెప్పాల్సి ఉంటుంది. అలాగే 'అయిదు అంగుళాల ఇన్సులేషన్' అంటే, వేడిని తగ్గించి గాలిని చల్లబరచేందుకు అయ్యే ఖర్చు' అని చెబితే తప్ప అర్థం కాదుకదా!

ఇప్పుడు మీకు కొనుగోలుదారుని అవసరాల పరిష్కారంలో ముందుకు పోవడానికి దానికి ఉన్న ప్రాధాన్యత ఏమిటో పూర్తిగా అర్థం అయింది కాబట్టి, ఆకృతులూ, పనితీరులూ, ప్రయోజనాల మధ్యగల వ్యత్యాసం ఏమిటో కూడా బాగా అర్థం అయింది కాబట్టి - మీరిక కొనుగోలుదారునుంచి కొనుగోలు ఆర్డరును పొందడానికి సర్వసమర్థులై ఉన్నారు అన్న మాట!

10

అమ్మకాల ఓనమాలు - అవసరాలు తీర్చడం

ఇది చాలా సంవత్సరాల క్రితం జరిగిన సంఘటన. డెట్రాయ్ నగరం నుంచి వెలువడే వార్తాపత్రికల్లో ఒకనాడు హెన్రీఫోర్డ్ ఒక భీమాపాలసీని తీసుకోవడానికి సంబంధించిన వార్తాకథనం ప్రచురితమైనది. భీమా వ్యాపారం చేస్తున్న ఫోర్డ్‌కి సన్నిహిత మిత్రుడైన ఒక పెద్దమనిషి ఈ విషయాన్ని చదివి తెలుసుకొని కలవరపడ్డాడు. ఆ పాలసీని నా దగ్గర ఎందుకు కొనలేదని ఆయన తన స్నేహితుడిని సూటాగా అడిగాడు కూడా. అప్పుడు ఫోర్డ్ చాలా ఘాటైన సమాధానమిచ్చాడు. ఆ జవాబు దేనినైనా ఎప్పుడైనా ఎవరికైనా ఎలాంటి పరిస్థితుల్లోనైనా విక్రయించే ప్రతీ ఒక్కరికీ, అంటే మనందరికి ఒక గుణపాఠం వంటిది. ఇంతకీ ఫోర్డ్ అన్నదేమిటంటే, “నువ్వు నన్ను అడగలేదు కదా!” అని.

అవసరాన్ని సంతృప్తికరంగా తీర్చాలి

అమ్మకాలను విజయవంతంగా సాగించడానికి శిరోధార్యమైన సూత్రావళిలోని నాలుగో అడుగు కొనుగోలుదారు అవసరాన్ని సంతృప్తికరంగా తీర్చడం.

అమ్మకందారుగా మీరు ఒక విషయాన్ని జ్ఞప్తికి పెట్టుకోవాలి. అదేమిటంటే, నిజానికి చాలా సందర్భాలలో కొనుగోలుదారుసుముఖుడై 'కొంటాను' అనే చెప్పాలనుకుంటాడు. ముఖ్యంగా మీరు కొనుగోలుదారు అవసరం పరంగా వివరణ, విశ్లేషణ, స్పృహ, పరిష్కారం వంటి వాటిని విజయవంతంగా పూర్తి చేయగలిగినట్లయితే, మీరు మంచి మాటకారి అయినట్లయితే, మీకు వృత్తిపర నైపుణ్యం వున్నట్లయితే, కనీసం స్నేహభావం కలిగినవారైనా అయినట్లయితే ఇది సాధ్యపడుతుంది. నిజానికి మనందరం 'కాదు' అని ఖండితంగా చెప్పడానికి ఇష్టపడం. ఎందుచేతనంటే, ఆ ఒక్కమాట పరస్పర సంబంధానికి ముగింపు పలకవచ్చుకదా. పరిస్థితి వృత్తిపనిలో నిపుణుడైన విక్రేతకు అనుకూలంగా వుంటుంది. కాబట్టి ఓ నా ప్రియవికేత మిత్రమా, కొనుగోలుదారును 'ఆర్డరు చేయమని అడిగి, అవకాశాన్ని వినియోగించుకోండి. ఈ అభ్యర్థనను ఆనందంగా ఆహ్లాదంలో నైపుణ్యంతో చేయండి. కాని అడగండి.

ఆర్డర్లు "కావాలి" కాబట్టి "అడగాలి"

అమ్మకాల కోసం జరిపే ఇంటర్వ్యూలన్నింటిలోనూ 63శాతం మేరకు విక్రయదారు ఆర్డరు కోసం నిర్దుష్టంగా అడగకుండానే ముగుస్తున్నాయని విక్రయరంగంలో నిష్ణాతుడైన క్రిస్ హెగర్టే నివేదించారు. మనకు ఆర్డర్లు కావాలి కాబట్టి వాటి కోసం నిస్సంకోచంగా అడగాలి. అమ్మకాలు జరపడంలో వృత్తిపరంగా కళాత్మకమైన, శాస్త్రబద్ధమైన నైపుణ్యాన్ని సంపాదించుకోవడానికి తోడ్పడే పుస్తకాలు డజన్ల సంఖ్యలో ప్రతి సంవత్సరం ప్రచురితమవుతున్నాయి. అయితే వాటిలో, కేవలం అమ్మకం ముగింపు ప్రక్రియపైనే విషయవివరణను కేంద్రీకరించి రాసినవి చాలా తక్కువగా మాత్రమే ఉన్నాయి ఈ కారణం చేతనే నేను రచించిన 'సీక్రెట్స్ ఆఫ్ క్లోజింగ్ ద సేల్" (అమ్మకం ముగింపు రహస్యాలు) పుస్తకానికి చాలా ప్రచారం వచ్చింది. ఇప్పటికీ ఇదే, మేలైన అమ్మకం పద్ధతులను తెలియజేసే ఒకే ఒక గ్రంథంగా ఉంది. 'న్యూయార్క్

టైమ్స్' వారి అధికంగా అమ్ముడవుతున్న పుస్తకాల పట్టికలో స్థానం సంపాదించుకున్నది.

పట్టుదల, సమ్మతింప చేయడం

ఇల్లినాయిస్, ముండేలీన్ వాస్తవ్యుడైన జాన్ కమ్మింగ్స్ అమ్మకం ముగింపునకు సంబంధించిన రహస్యాలలో ఒకదానిని తెలుసుకున్నాడు. ఆయన ఒక మోటారు వాహనాల విక్రయసంస్థకు జనరల్ మేనేజరుగా విధులు నిర్వహిస్తున్న రోజుల్లో, ఆయన దగ్గర శిక్షణ పొందుతున్న వారిలో ఒక యువకుడు, వినియోగంలో వున్న ఒక వాహనాన్ని ఒక వ్యక్తి చేత కొనిపించడానికి ప్రయత్నించి విఫలుడయ్యాడు.

ఆ ప్రాంతానికి సంబంధించిన మేనేజర్ కూడా ఈ అమ్మకాన్ని సాధించడంలో విఫలం చెందాడు. వారుభయులు కొనుగోలుదారును విడివిడిగా వాహనం కొనమని కనీసం నాలుగు సార్లయినా అడగటం జరిగింది కాబట్టి, ఆ అమ్మకం ప్రతిపాదన అమలు జరిగే అవకాశం అశాజనకంగా కనిపించడం లేదు. ఆ పరిస్థితిలో జిమ్‌బోర్గ్‌మన్ అనే శిక్షణ పొందుతున్న ఒక యువకుడికి మెరుపులాంటి ఒక ఆలోచన వచ్చింది. కొనుగోలుదారు ఇంటికి వెళ్ళిన తర్వాత ఒక గంట గడిచాక జిమ్ అతడిని కలుసుకొని వినమ్రంగా అభివాదం చేశాడు. అనంతరం అతనితో, "అయ్యా, కొనుగోలు దారుగారూ, నేను బెర్నార్డ్ చెవ్రొలెట్ సంస్థకి చెందిన జిమ్ బెర్గ్‌మన్‌ని. నేను ఇప్పుడు మిమ్ములను కలుసుకొని మీకు ఏదైనా ముఖ్య కార్యభంగం కలిగిస్తున్నానా? క్షమించండి" అన్నాడు. అతనికి అనుకూలంగా వున్న సమయంలోనే తాను అతనిని కలుసుకున్నాననే విషయాన్నితెలుసుకున్న తర్వాత (ఇదొక తెలివైన ఎత్తుగడ), "నేను మిమ్ములను కొన్ని ప్రశ్నలు అడగదలచాను. అడగమంటారా?" అని అర్థించాడు. అందుకు ఆయన అంగీకరించడంతో జిమ్, "మీరు మా పోటీని సందర్శించారా?" అని

ప్రశ్నించాడు. "అవును సందర్శించానయ్యా, ఎందుకు అడుగుతున్నావు" అని ఆయన సమాధానమిచ్చాడు. జిమ్ నేరుగా విషయంలోకి వెళ్ళి, 'మీరు కొనుగోలు చేశారా?"అని అడిగాడు. 'లేదు' అని అతడు ఒకే ఒక్క మాటలో బదులు చెప్పాడు. "అక్కడ ఖరీదు చాలా ఎక్కువగా ఉంది. అవును కదూ?" అన్నాడు జిమ్. "అవును, ఎక్కువే".

"అయ్యా! కొనుగోలుదారుగారూ, మీకు అభ్యంతరం లేకుంటే నేను మిమ్ములను కేవలం మరో ప్రశ్న మాత్రం అడగదలచాను" అన్నాడు జిమ్. "అడగండి" అని అతడు సానుకూలంగా స్పందించాడు. జిమ్ ఉత్సాహంతో, "అద్భుతం! చెప్పండి కొనుగోలుదారుగారూ, మీరు బెర్నార్డ్ చెవొర్లెట్‌లో తొలి ప్రయాణాన్ని ఎక్కడివరకు జరపదలిచారు?" అని అడిగాడు. కొంచెం విరామం తరువాత కొనుగోలుదారు 'కెంటుకీ', దాకా" అని సమాధానమిచ్చాడు. అప్పుడు జిమ్ బిగ్గరగా నవ్వుతూ (ఇది కొనుగోలుదారు, విక్రేతలు ద్వంద్వ విజయాన్ని సాధించిన అనుభూతిని అప్పుడే పొందినట్లు సూచిస్తున్నది.) "భేష్; భేష్ కొనుగోలుదారుగారూ, కొద్దిగా వెనక్కి రండి. ధర విషయంలో మనం సంప్రదించుకొని ఒక సమంజసమైన రాజీకి రాగలమన్న గట్టి నమ్మకం నాకు కలుగుతున్నది" అన్నాడు. "జిమ్, నేనూ నా దారిలో వున్నానయ్యా" అని కొనుగోలుదారు సమాధానమిచ్చాడు.

మొదట్లో, బేరం కుదుర్చుకుంటున్నప్పుడు ధర విషయంలో జిమ్‌కీ, కొనుగోలుదారుకీ మధ్య $ 1,500 వ్యత్యాసం వుంది. కాని విక్రేత జిమ్ చూపిన చొరవ, పట్టుదల, ఉత్సాహం, సృజనాత్మకత, సుహృద్భావం, ఒకటికి రెండుసార్లు ఆర్డరు చేయమని అడగడం వంటి అంశాల వల్ల, ఆ అమ్మకం జరిగింది. దానిని సాధించడంలో జిమ్ సఫలీకృతుడయ్యాడు. జ్ఞప్తికి పెట్టుకోండి. సృజనశీలి అయిన వర్ధమాన విక్రేత చొరవ చూపని అనుభవజ్ఞుడైన విక్రేత కన్నా ఎక్కువగా అమ్మకాలను సాధించగలుగుతాడు.

(అ) మీరు విక్రయించే వస్తువు లేక మీరు లభింపజేసే సేవ విలువపై మీకు

ప్రగాఢ విశ్వాసం లేకపోయినట్లయితే, (ఆ) మన చతుష్పాద విక్రయ సూత్రావళిలోని మొదటి మూడు అడుగుల (అవసరం విశ్లేషణ అవసరం గ్రహింపు, అవసరం పరిష్కారం) విషయంలో విధినిర్వహణను సక్రమంగా చేయకపోయినట్లయితే (ఇ) అమ్మకం జరపగలనన్న నమ్మకం లేనట్లయితే, ఆర్డరు చేయమని అయిదు పర్యాయాలు కానీ లేక అంతకన్న ఎక్కువసార్లు కానీ అడగటం చాలా కష్ట సాధ్యమవుతుంది. మీరు వృత్తిపర పని నైపుణ్యంతో సంతోషజనకంగా, ఆహ్లాదకరంగా పట్టుదలతో ప్రయత్నించినప్పుడే మీ కృషి ఫలించి విజయం వరిస్తుంది.

అడగటం, అందుకోవడం

విషయ పరిజ్ఞానం ఒక ఎత్తయితే దానిని సందర్భోచితంగా సద్వినియోగ పరచుకొని ప్రయోజనం పొందడం మరో ఎత్తు. నిజమే, మీకు నేను 'సీక్రెట్స్ ఆఫ్ క్లోజింగ్ దసేల్" (విక్రయ విజయ రహస్యాలు) అనే నా పుస్తకంలో వివరించిన శతాధిక అమ్మకపు మెళకువలు బాగా తెలిసివుండవచ్చు. కాని అవి మీకు సరి అయిన అమ్మకపు నేపథ్యంలో క్షణకాల వ్యవధిలో వినియోగించుకోగలిగినంత క్షుణ్ణంగా తెలుసా?

కీలకాంశం ఏమిటంటే, మార్గోపాయాన్ని మళ్ళీ కనిపెట్టడానికి ప్రయత్నించకండి. ఇతరుల అనుభవాలను ఆధారం చేసుకోండి. మీకు ఉపయోగపడే సంగ్రహ అమ్మకం లాంటి కొన్ని అమ్మకాలపై దృష్టిని కేంద్రీకరించండి.

సంగ్రహ అమ్మకం మీలో కొందరికి బాగా ప్రాథమికమైనదిగా కనిపించవచ్చు. కాని కనిపించిన దానిని బట్టి దాని ప్రాముఖ్యాన్ని తగ్గించకండి. సంగ్రహవిక్రయంలో మీరు అమ్మక ప్రతిపాదనలు చేసిన ప్రాంతాల్లో కొనుగోలు పట్ల సుముఖత కనబరిచినవారిని ఆర్డరు చేయమని అడగండి.

అమ్మకం ప్రక్రియ కొనసాగుతున్న సందర్భంలో కొనుగోలుదారు మీరు అందించిన సమాచారం పైన ఆధారపడి సానుకూలంగా స్పందిస్తాడు. ఆ ప్రక్రియ సాగుతున్న సమయంలో కొన్నిసార్లు వివిధ పరిస్థితులు లేక అడ్డంకుల కారణంగా సానుకూల నిర్ణయంలో మార్పు రావడం సంభవం. కొనుగోలుదార్లను తమ పెట్టుబడి పెట్టమని మీరు అడుగుతున్న సమయంలో, తొలుత వారు సుముఖత కనబరచడానికి కారణమైన విషయాలను మళ్ళీ మరింత సమర్థవంతంగా ఏకరువు పెట్టి వారిలో తిరిగి సుముఖత వెల్లివిరియడానికి ప్రయత్నించండి. మీ వివరణకు వారు ఎంత గాఢంగా స్పందిస్తే అంత అధికంగా మీరు అమ్మకాలు సాధించగలుగుతారు.

వారు 'వద్దు' అంటే?

మీ కొనుగోలుదార్లు 'వద్దు' అని నిరాకరిస్తే అందుకు కారణం చాలావరకు 'కావాలి' అనడానికి కావలసినంత, సమాచారం వారికి తెలియకపోవడమే. 'వద్దు' అనడాన్ని అధిగమించడానికి కొనుగోలుదార్లకు కావలసినంత సమాచారం అందించగలగడంలో మీకు రెండవ అధ్యాయం ఉపయోగపడుతుంది.

11

మరీ తరచుగా మరిన్ని అమ్మకాలు ముగించడం

ఇది మీలో కొందరికి ఆశ్చర్యం కలిగించవచ్చు. కాని, మీరు కలుసుకున్న కొనుగోలుదార్లు ఒక సారి 'వద్దు' అని నిరాకరించినట్లయితే, వారు తమ మనస్సులు మార్పు చేసుకొని, మీ దగ్గర కొనుగోలు చేయడం జరగదు. అమ్మకం రంగంలో ఆరితేరినవారు, తరచు, తాము జరిపిన అమ్మకాలలో అధికభాగం కొనుగోలు దారు 'వద్దు' అని చెప్పిన తర్వాతనే జరిగినవని మీకు చెబుతుంటారు. కొన్ని గణాంకాలను బట్టి, సుమారు 60శాతం అమ్మకాలు, కొనుగోలుదారు 'వద్దు' అని అయిదు పర్యాయాలు నిరాకరించిన తర్వాతనే జరిగినట్లు తెలుస్తున్నది. అయినప్పటికీ నేను నా ప్రకటనకే కట్టుబడి ఉన్నాను. మీ కొనుగోలుదార్లు తమ మనస్సు మార్చుకొని మీ దగ్గర కొనుగోలు చేయరని పునరుద్ఘాటిస్తున్నాను.

అయితే, మీ కొనుగోలుదార్లు కొత్త సమాచారంపై ఆధారపడి కొత్త నిర్ణయం చేస్తారు. కొనుగోలుదార్లు 'వద్దు' అంటే, వృత్తి పనిలో నైపుణ్యం కలిగిన విజేత అయిన విక్రేత 'వద్దు' అనే కొనుగోలుదారుకు 'అవును' అనే నిర్ణయం తీసుకోవడానికి అవసరమైనంత పరిజ్ఞానం లేదని అర్థం చేసుకుంటాడు. వారితో

మీరు ఎప్పుడూ వాదించకండి. మీరు మీ పనిని పూర్తి చేయలేదని అర్థం చేసుకోండి. అవసరమైన సమాచారాన్ని సమకూర్చే బాధ్యతను స్వీకరించండి. కొనుగోలుదారు ఈరోజే 'అవును' అనే నిర్ణయం తీసుకోవడం నిమిత్తం మీరు అదనపు కారణాలు, వివిధ అంశాలు, విశేషాలు, కొనుగోలుదారుకు కలిగే ప్రయోజనాలను గురించి తెలియజేయాలి. ఈ విధంగా అదనపు విశేష సమాచారాన్ని ఇవ్వడం వల్ల వారికి వినూత్నంగా సానుకూల నిర్ణయం తీసుకోవడానికి అవసరమైన విషయ పరిజ్ఞానం కలుగుతుంది.

'వద్దు' అన్న వారిని 'తెలుసుకో'మనడం

"వద్దు" అని నిరాకరించిన కొనుగోలుదారుకు విషయ పరిజ్ఞానం కలిగించడానికి వృత్తిపనిలో నైపుణ్యం కలిగి, విజయవంతంగా తన విధి నిర్వహణ చేస్తున్న విక్రేత కొనుగోలుదారు అభ్యంతరం చెప్పడానికి గల కారణాలను తెలుసుకోవడం, అర్థం చేసుకోవడం కోసం కొన్ని ప్రశ్నలు అడుగుతాడు. తర్వాత విక్రేత కొనుగోలుదారు అభ్యంతరం విషయంలో అవే ఆలోచనలు అభిప్రాయాలు లేకుండా ఏమి అనుకుంటున్నదీ అర్థం చేసుకుంటాడు. కాని కొందరు కొనుగోలుదార్లు మీకు నిజంగా అభ్యంతరం ఏమిటో చెప్పరు. మరికొంతమంది కొనుగోలుదార్లకు నిజంగా ఆ అభ్యంతరం ఏమిటో కూడా తెలియదు. ఈ రెండు సందర్భాలలోనూ, వారు తరచు ఆలోచనలు, అభిప్రాయాలు, అనుభూతి స్థాయిలోనే వ్యవహరించడం జరుగుతుంది. విక్రేత ఈ విషయాన్ని మనస్సులో పెట్టుకొని అభ్యంతరాన్ని పరీక్షించాలి.

గొరిల్లా ధూళి

విక్రయరంగ నిపుణులు అవాస్తవ అభ్యంతరాలను 'గొరిల్లా ధూళి'గా పరిగణిస్తారు. మీరు పిబిఎస్ టెలివిజన్ ధారావాహికలలో చూపిన ఆటవిక

గొరిల్లాల అలవాట్లు, ప్రవర్తనలను వీక్షించి ఉంటారు. రెండు మొగ గొరిల్లాలు ద్వంద్వ యుద్ధానికి పాల్పడినప్పుడు భీభత్స దృశ్యం ఆవిష్కృతమవుతుంది. అవి పదే పదే పలు పర్యాయాలు ఒకదాని చుట్టూరా మరొకటి తిరుగుతూ చేతులతో మన్ను, మకిలాన్ని పెకిలించి, గుప్పిళ్ళతో గాలిలోనికి విసురుతూ వికటాట్టహాసం చేస్తుంటే అక్కడంతా ధూళి మంచుపొగ మాదిరి కమ్ముకొని కనిపిస్తుంది. దీనినే "గొరిల్లా ధూళి" అంటారు. చాలామంది కొనుగోలుదార్లు తరచు ఈ ధోరణిలో ప్రవర్తిస్తుంటారు.

తాను కొనుక్కొని వాడుకుంటున్న 'లాన్ మూవర్'ను తన ప్రక్కింటి పడోసికి అవసరం వచ్చి అడిగినప్పుడు ఇవ్వడానికి నిర్మొహమాటంగా నిరాకరించిన గృహస్థుడిని గురించిన పాతపడిన ఉపాఖ్యానం విషయం మీలో కొందరికైనా తెలిసే వుంటుంది. తన లాన్‌మూవర్‌ను పొరుగింటి ఆసామికి ఇవ్వకపోవడానికి గల కారణాన్ని గురించి అడిగినప్పుడు అతడు "ఎందుకు ఇవ్వలేదంటే, విమానాలన్నీ ఈరోజు ఆలస్యంగా బయలుదేరనున్నాయి'' అని సమాధానమిచ్చాడు. ఈ అసంబద్ధమైన జవాబు విని ప్రక్కింటి యజమాని "ఇదేమి కారణం" అనుకొని ఆగ్రహించాడు. "మీరు ఏదైనా చేయడాఇకి ఇష్టపడనట్లయితే అందుకు చెప్పే కారణం పొసగేదిగా ఉండాలి కదా" అని సణుగుకున్నాడు.

వృత్తిపనిలో నిమగ్నమైవున్న అమ్మకసంస్థ ప్రతినిధికి ఇలాంటి ఏ పొసగని సమాధానమూ సమ్మతం కాదు. కాబట్టి నిజమైన అభ్యంతరాలను కనిపెట్టడానికి పరీక్ష చేయాలి.

రెండు పరీక్షలు

"గొరిల్లా ధూళి", "నిజమైన అభ్యంతరాల" మధ్య భేదాన్ని తెలుసుకోవడంలో రెండు రకాల పరీక్షలు తోడ్పడతాయి. ఈ పరీక్షలు, తన అభ్యంతరం ఏమిటో

తనకు నిజంగా తెలియక పోయినప్పటికీ, కొనుగోలు చేయడానికి నిర్ణయించుకోవడం వల్ల తనకు సౌఖ్యం చేకూరదని తెలిసిన కొనుగోలుదారుకు కూడా తోడ్పడతాయి.

'అనుకోండి' పరీక్ష. మొదటి పరీక్ష 'అనుకోండి' పరీక్ష. కొనుగోలుదారును ఊహాజనిత ప్రశ్నలకు జవాబు చెప్పమని కోరడం ఈ పరీక్ష ఉద్దేశ్యం.

"శ్రీమతి...గారూ, ఆ పరిస్థితి నెలకొనిలేదని "అనుకోండి" అప్పుడు మీరు మా ఉత్పత్తికి డబ్బు వెచ్చిస్తారా? మా సేవలు పొందానికి ఖర్చు చేస్తారా?"

" ___________ పరిగణనలో లేవు అనుకోండి. అప్పుడు సానుకూల నిర్ణయం తీసుకుంటారా?"

"మీకు___________మంచిగా అనిపించింది అనుకోండి. అప్పుడు సానుకూల నిర్ణయం గైకొంటారా?"

"___________అనుకోండి. అప్పుడు సానుకూల నిర్ణయం తీసుకుంటారా?

మీరు సరైన అభ్యంతరాన్ని గుర్తించగలిగినట్లయితే, దానిని అధిగ మించడానికి చర్యలు తీసుకోవచ్చు. లేదా 'గొరిల్లా ధూళి' ని తొలగించుకొనడానికి సమయం వృధా చేయకుండా లేదా ఎంతమాత్రం అవకాశం లేని అమ్మకాన్ని జరపడానికి వృధా ప్రయత్నం చేయకుండా మరో కొనుగోలుదారు దగ్గరకు వెళ్ళాలి.

"వేరు చేయండి, చెల్లుబాటులోనికి తీసుకరండి" పరీక్ష. "వేరుచేయండి, చెల్లుబాటులోనికి తీసుకరండి" రెండవ పరీక్ష, రెండు దశలతో కూడిన ఈ పరీక్ష మీరు నిజమైన అభ్యంతరాన్ని కనిపెట్టగలిగినదీ లేనిదీ నిరూపిస్తుంది. "ఈనాడు నేను చేస్తున్న ప్రతిపాదనను మీరు వినియోగించుకోకుండా మిమ్ములను

నిరోధిస్తున్న మరేదైనా కారణం వుందా?" అని మీరు ప్రశ్నించడం పరీక్ష మొదటి దశ ప్రక్రియ. ఈ సమయంలో, ఏదైనా అభ్యంతరాన్నికానీ లేదా అన్ని అభ్యంతరాలను కానీ తెలుసుకోవడాన్ని మీరు లక్ష్యంగా పెట్టుకోవాలి. విక్రేత ఒక అభ్యంతరాన్ని సమర్ధవంతంగా, సముచితంగా, వృత్తిపని నైపుణ్యంతో పరిష్కరించిన తర్వాత మరొక అభ్యంతరాన్ని ఎదుర్కోవలసిన పరిస్థితి ఏర్పడుతుంది. ఈ పరిణామం విక్రేతను బాగా నిస్పృహకు లోను చేసే అంశాలలో ఒకటి. మీరు రెండు అభ్యంతరాలకు సమాధానం చెప్పిన తర్వాత మూడవ దానిని గురించి ప్రత్యేకంగా, నిర్దుష్టంగా అడగవలసిన అవసరం వుంది. "మీకూ మా ఉత్పత్తిని మీరు స్వంతం చేసుకోవడానికీ మధ్య అడ్డంకిగా ఇదొక్కటి మాత్రమే నిలిచిందా లేక ఇంకా మరేదైనా అంశం కూడా అడ్డుగా వుందా?". కొనుగోలుదారు చివరకు మీరు సమాధానం చెప్పలేని అభ్యంతరాన్ని వెల్లడించేంతవరకూ రోజంతా అతనితోనే ఉండిపోగలననే అభిప్రాయాన్ని మీరు కలిగించకూడదు.

"వద్దు, అదొక్కటి మాత్రమే సమ్మతం కాదు" అనే స్పందన వచ్చిన తర్వాత, "శ్రీయుత.... గారూ, అయితే __________ ఇంకా __________ ల విషయంలో మీకు అభ్యంతరం లేదని నాకు చెబుతున్నారు కదా, ఈ రోజే కొనుగోలు చేస్తారు కదూ?" మీరు ఆ ఆఖరు అభ్యంతరాన్ని పరిశీలించినప్పుడు, "మీరు ప్రయోజనాలను సాధ్యమైనంత శీఘ్రంగా అనుభవించాలనుకుంటున్నారను కుంటున్నాను. నా ఆలోచన సరైనదే కదూ?" అని అడుగుతూ విక్రయప్రక్రియను ముగించండి. ఆర్డరు రాయడంతో మీ ఈ విక్రయయత్నం సమాప్తమవుతుంది.

మనందరికీ కనిపించే అభ్యంతరాలు

కొనుగోలుదార్లు చెప్పే అభ్యంతరాలు మీకు వారి ఆంతర్యాన్ని వెల్లడిస్తాయి. అవి మీరు వారి అవసరాలనూ, కోర్కెలనూ తీర్చడానికి తోడ్పడతాయి. సాధ్యమైన

సందర్భాలలో, అభ్యంతరాలను, ముందుగానే ఊహించుకోవాల్సిన అవసరం ఉంది. మీ కంపెనీ శిక్షణ కార్యక్రమం, మీ వ్యక్తిగత అనుభవాల ద్వారా మీరు ప్రతి త్రైమాసిక కాలంలో ఒకటి లేక రెండు 'కొత్త' అభ్యంతరాలను మాత్రం ఎదుర్కోవాలి. కొన్ని 'ప్రమాణాలు' వుంటాయి. కాని వాటిని గురించి మీలో చాలా మంది విని వుండరు. మీరు జాగ్రత్తగా వ్యూహం రూపొందించుకొని, దూరదృష్టితో సమంజసమైన సమాధానాలను సిద్ధం చేసుకొని సన్నద్ధం కావాలి.

అమ్మకాల వృత్తిలో వున్న ప్రతి విక్రేత ఉద్యోగ విధుల నిర్వహణలో అభ్యంతరాలు ఒక భాగం. అభ్యంతరాల పట్ల మన వైఖరిని అనుసరించి మనం వాటిని నివృత్తి చేయడంలో సమర్ధతను కనబరచడం జరుగుతుంది. ఈ విషయంలో చాలా వ్యత్యాసం వుండటం సంభవం.

"మళ్లీ వస్తాను"

"దీనిని గురించి నేను దీర్ఘాలోచన చేయాలనుకుంటున్నాను" లేదా "దీని విషయంలో నన్ను కొన్నిరోజులపాటు ఆలోచించుకోనివ్వండి" అనే సువిదితమైన సుప్రసిద్ధమైన అభ్యంతరాల విషయంలో కెంటుకీ, క్యాంప్‌బెల్స్ విల్లేకి చెందిన టిమ్‌జోన్స్ ఆసక్తికరమైన స్పందన పద్ధతిని కనిపెట్టారు. ఆయన కొనుగోలుదారుకు సంబంధించిన సమగ్ర వివరాల సేకరణ, విస్తృతస్థాయిలో వాటి నమోదు వంటి వాటి తర్వాత కొనుగోలుదారును తప్పనిసరిగా జవాబు చెప్పవలసిన ప్రశ్న అడుగుతాడు. అప్పుడుకూడా కొనుగోలుదారు "ఆలోచన చేయడానికి సమయం కావాలి" అని కోరినట్లయితే టిమ్ చిరునవ్వు నవ్వి, లేచి నుంచొని, "మంచిది, అలాగే, నేను బయటికి వెళ్ళి ఒక కప్పు కాఫీ త్రాగి 15, 20 నిమిషాల్లో మళ్ళీ వస్తాను. ఈలోగా మీరు ఆలోచించుకోండి" అంటాడు. కొనుగోలుదారుకు ఆలోచించుకొని జవాబుచెప్పడానికి సమయం చిక్కింది.

టిమ్ తిరిగివచ్చినతర్వాత తాను అవతలకి వెళ్ళేటప్పుడు ఆపిన కార్యనిర్వహణను

పునఃప్రారంభిస్తాడు. "మీరు ఏమి నిర్ణయించినప్పటికీ, మేము ప్రతిపాదిస్తున్న నెలవారీ, లేక వార్షిక కిస్తు పథకాలలో దేనినైనా మీరు ఇష్టపడి వుండవచ్చు" అంటాడు. అమ్మకాన్ని సాధిస్తాడు.

పిపాసువులు

కొంతమంది అమ్మకందార్లు, కొనుగోలుదార్ల అభ్యంతరాలను తెలుసుకొని నివృత్తి చేసే కార్యసాధనలో ఆనందం, సంతృప్తి పొందుతారు. కార్యక్షేత్రంలో తమ అహంభావాన్ని కనబరుస్తారు. తమ తెలివితేటలనూ, నైపుణ్యాన్నీ ప్రదర్శించడం కోసం వారు వాస్తవంగా అభ్యంతరాలను ప్రోత్సహిచవచ్చు. ఈ అమ్మకందార్లు తుపాకీతో పోరాడేవారి వలె పోరాట పిపాసువులవుతారు. అందుకు అర్రులు చాస్తారు. "ఇక దయచేయండి. మీరు ఏమి అడిగినా నేను జవాబు చెప్పాలేను!"

ఈ విషయాన్ని జ్ఞప్తికి పెట్టుకోండి. అదేమిటంటే మీరు జవాబులు చెప్పగలిగినన్ని అభ్యంతరాలకు సమాధానాలు ఇవ్వడం కాదు. కాని మీ ఉత్పత్తులు, సేవలు కొనుగోలుదారుకు ఎంతగా ప్రయోజనం చేకూర్చగలవో నిరూపించడమే మీ ధ్యేయం. మీరు అభ్యంతరాలను నివృత్తిచేసి, అధిగమించడంతోనే, కొనుగోలుదారు అంగీకరించడంతోనే 'అమ్మకం' ప్రక్రియ ముగియదు. నిజానికి అది అమ్మకానికి కేవలం ఆరంభం మాత్రమే. ఒప్పంద పత్రంపై సంతకాలు పెట్టడం, సరుకును సరఫరా చేయడం, మూల్యం చెల్లించడం వాడకందారు సంతృప్తి జెందడం వంటివన్నీ జరిగిన తర్వాతనే అమ్మకం ముగిసినట్లుగా పరిగణించవలసి ఉంటుంది.

12

'సేవలందించడం' కన్నా 'సంతృప్తి కలిగించడం' ముఖ్యం

గతంలో ఒకనాడు ఒక వృద్ధ వి(క్రేత, ఒక యువ వి(క్రేత వారాంతంలో ఇళ్ళకు తిరిగి వస్తూ రైల్లో కలిసి (ప్రయాణిస్తున్నారు. వారు తమ వృత్తి విధుల నిర్వహణలో తాము ఎదుర్కోవలసి వస్తున్న ఇబ్బందులను గురించి గంభీరంగా మాట్లాడుకుంటున్నారు. యువ వి(క్రేత, ఆ వారమంతా తాను పదే పదే అవమానాలు భరించవలసి వచ్చినట్లూ, (ప్రజలు తన పట్ల చాలా అమర్యాదగా (ప్రవర్తించినట్లూ, వ్యాపారం బాగా సాగనట్లూ ఏకరవు పెట్టాడు. వృద్ధ వి(క్రేత కాసేపు ఆలోచించిన తర్వాత ఇలా అన్నాడు: "సరేలే, నా సంగతి విను. నా ముఖం ముందర ఎందరో తమ ఇంటి తలుపులు దభాలున మూసుకున్నారు. నన్ను పిలిచీ సాగనంపారు. మళ్ళీ రావద్దని మరీ చెప్పారు. తిట్టారు. ఉమ్మి కూడా వేశారు. కాని ఎంతమా(త్రం అవమానించలేదు.?!?!

ఆనందంగా లేని ఖాతాదార్లను భరించగలమా?

మన దగ్గర కొనుగోలు చేయదలచిన వారు, మనతో మి(త్రులుగా (ప్రవర్తించేవారు

కొనుగోలు విషయంలో సులభతరంగా వ్యవహరించేవారి పట్ల మనందరం ఉదారంగా, స్నేహంగా, ఉత్సాహవంతంగా వ్యవహరించవచ్చు. అయితే మిత్రమా, ఇవన్నీ మీరు చేయడానికి సర్వసమర్థులైనట్లయితే ఈ విషయాలను జ్ఞప్తికి పెట్టుకోండి. ఆ వ్యక్తులతో వ్యవహరించడానికి మీ కంపెనీ ఎవరినైనా నియమించుకోగలుగుతుంది. (మీరు సంపాదించుకొనగలిగిన దానికన్నా గణనీయమైన మొత్తాన్ని అతనికి చెల్లిస్తుంది.) ఆ అసంతుష్ట కొనుగోలుదార్లతో సహా ప్రతి ఒక్కరితోనూ వ్యవహరించడంలో మీరు పెంపొందించుకున్న విక్రయ నైపుణ్యాల నుంచే ప్రాతిపదికగా మీ విలువ మీ కంపెనీకి చేకూరుతుంది.

మీరు మొరటు స్వభావుడు, తగువులమారి, విచారగ్రస్థుడు, మూర్ఖుడైన వ్యక్తితో వ్యవహారం చేయవలసి వచ్చిన సందర్భంలో అతనితో ఆయన మాదిరిగానే స్పందిస్తారా లేక మీకు విచక్షణాధికారం వుందన్న విషయాన్ని జ్ఞప్తికి తెచ్చుకుంటారా? మీరు అతనితో స్నేహంగా, సౌజన్యంతో సంభాషించడాన్ని కోరుకోవచ్చు లేదా మొరటుగా, ఘర్షణ ధోరణితో ప్రతిస్పందించడాన్ని ఎంపిక చేసుకోవచ్చు.

ఇది తరచు చెప్పడానికే సులభం కాని చెయ్యడానికి మాత్రం కాదని ఒప్పుకోవడంలో నేను ముందుంటాను. మీరు నాతోనే ఉండండి. మీరు చాలావరకు సరైన, సముచితమైన నిర్ణయానికి రావడానికి తోడ్పడే మార్గాలను గురించి మీకు తెలియజేయాలనుకుంటున్నాను.

పరిశోధనా ఫలితాలను బట్టి ఆనందంగా లేని అసంతుష్టులైన కొనుగోలుదార్లలో 90 శాతం మంది మనతో వ్యాపారలావాదేవీలు జరపడాన్ని ఎలాంటి కారణం చెప్పకుండానే మానివేస్తున్నారు. కాని దురదృష్టవశాత్తు వారు దానినిమిత్రులకూ, బంధువులకూ, ఇరుగుపొరుగు వారికీ, పూర్తిగా అపరిచితులైనవారికి తప్పక తెలియజేస్తారు. ప్రశ్న : మనం ఆనందంగా లేని కొనుగోలుదార్లను భరించగలమా? నిభాయించుకోగలమా?

శారీరకంగా నియంత్రణలో ఉండండి

కోపం తెప్పించిన వ్యక్తిపై, సహజ ధోరణిలో విరుచుకుపడకుండా శాంతించండి. మీ చేతులను రెండుపక్కలా విశ్రాంతిగా వ్రేలాడించండి. ఎదుటివ్యక్తి చెప్పేది వినండి. మధ్యలో అడ్డు తగలకండి. ఆగ్రహించిన వ్యక్తి విషయంలో ఈ విధంగానే ప్రవర్తించాలని నేను మరింత నొక్కి వక్కాణించలేను.

ఎవరు ఎంతగా కోపంలో ఉన్నప్పటికీ ఆ ఆగ్రహాన్ని మాటల ద్వారా కానీ, లేదా చేతల ద్వారా కానీ రెండు నిమిషాలకన్న ఎక్కువసేపు వెల్లడించడం కష్టం. మీరు నా మాటను విశ్వసించినట్లయితే ప్రయత్నించి చూడండి. మీరు కావాలనుకున్నంత ఎక్కువగా కోపం పెంపొందించుకోండి. అరవండి, కేకలు, పెడబొబ్బలు పెట్టండి, ప్రేలాపనలు చేయండి. మీ కోపాన్ని, అసహనాన్ని, చికాకును వ్యక్తీకరించడానికి మీకు ఇష్టమొచ్చినట్లుగా ఏమైనా చేయండి. కోపం తగ్గేంత వరకూ మీరు వినేటట్లయితే మీ ఎదుటవున్న మీరు వ్యవహారం జరుపుతున్న వ్యక్తిలోని ఆవిరిని చాలా వరకు అదృశ్యం చేయగలుగుతారు. మీరు మధ్యలో జోక్యం చేసుకొని అంతరాయం కలిగించినట్లయితే ఆ వ్యక్తి తిరిగి ఆవేశపడటానికి అవకాశం ఇచ్చినట్లవుతుంది. రెండు నిమాషాల సమయం గడుస్తుంది.

పరిష్కారం కనుక్కోండి

ఆవిరి అంతర్ధానమైన అనంతరం మీరు అవలంబించవలసిన తరువాతి వ్యూహం ఏమిటంటే, మీరు మీ కంఠధ్వనిని తగ్గించుకోవాలి. ప్రతి మాటను సుస్పష్టంగా ఉచ్ఛరిస్తూ బాగా వినిపించే విధంగా పలకాలి. మీరు మాట్లాడుతున్న వ్యక్తి చాలా భావోద్రేకానికి లోనైన స్థితిలో ఉన్నాడన్న విషయాన్ని జ్ఞప్తికి పెట్టుకోండి. మీరు ప్రసన్నత వహించి, అతను చెప్పేది ప్రశాంతచిత్తంతో విన్న తర్వాత మీ స్పందనను మెల్లగా ప్రతి మాటనూ స్పష్టంగా పలుకుతూ తెలిపినట్లయితే

అతను కూడా మీకు సమానంగా నిమ్మళిస్తాడు. ప్రశాంత పరిస్థితి కొనసాగడానికి మీరు ఎలాంటి భావోద్రేకానికి లోనుకాకుండా వుండటం చాలా అవసరం. ఉభయులలో ఎవ్వరూ వ్యక్తిగత వైఖరిని ప్రదర్శించకూడదు. వ్యక్తిగత ప్రభావం వ్యక్తమైన సందర్భంలో మీరు రంగం నుంచి వైదొలగాలి.

మీరు ఆ వ్యక్తితో ఏకీభవించకపోవచ్చు. ఏకీభవించకపోవడమన్నది సంపూర్ణంగా సమర్థనీయమే. అయితే, మీ అభిప్రాయ వ్యక్తీకరణ సక్రమంగా సమంజసంగా వుండటం అవసరం. సాధ్యమైనట్లయితే, మీ స్పందనను ఆ వ్యక్తికి కృతజ్ఞతలు తెలపడంతో ప్రారంభించండి. మీరు ప్రశాంతంగా "అయ్యా..... గారూ, మీరు తమ విలువైన ఆలోచనలను దయచేసి నాతో పంచుకున్నందుకు మీకు నా హృదయపూర్వక ధన్యవాదాలు సమర్పించుకుంటున్నాను" అని అతనితో అన్నట్లయితే మీరు కానీ,మీ కంపెనీ కానీ ఆ వ్యక్తితో రాజీపడినట్లు ఎంతమాత్రం కాదు. అలాగే ఆగ్రహించిన ఆ వ్యక్తి ఆలోచనలు, క్రియలు సరైనవేనని మీరు అంగీకరించినట్లు కూడా కానే కాదు.

ఈ వ్యవహారాన్ని మీరు సౌజన్యపూర్వకంగా సాగించదలచారనే విషయాన్ని ఆ వ్యక్తి మీ మాటతీరును బట్టి గ్రహిస్తాడు.

మీరు సహాయం చేయదలచినట్లు ఆ వ్యక్తికి హామీ ఇవ్వడాన్ని కొనసాగించండి. ఈ క్రింద పేర్కొన్న అక్షరపంక్తులను కంఠస్థం చేయండి. ఆగ్రహంతో వున్న వ్యక్తి ఎదురుపడిన సందర్భాలలో ఈ మాటలను ఫలప్రదంగా వినియోగించుకోవచ్చు.

"అయ్యా.... గారూ, అమూల్యమైన మీ ఆలోచనలను నాతో పంచుకున్నందుకు ధన్యవాదాలు. నేను నిజంగా మీకు సహాయం చేయదలచాననే విషయాన్ని మీరు గ్రహించడం మీకు చాలా ముఖ్యం. మీ భావాలను నేను అర్థం చేసుకున్నాను. ఆ విధంగా ఆలోచించే స్వేచ్ఛ, హక్కు మీకు సంపూర్ణంగా

ఉంది. ఈ ఇబ్బందికర పరిస్థితిలో సమస్యా పరిష్కారానికి మార్గాన్ని కనుగొనడంలో నాతో కలిసి పనిచేయడానికి మీరు ఇష్టపడతారా?"

ఒక విషయాన్ని జ్ఞప్తికి పెట్టుకోండి. అదేమిటంటే, మీరు సమస్యకు పరిష్కారం కోసం ప్రయత్నిస్తుంటే, (ఎవరినైనా నిందించడం నిమిత్తం కాదు) ఆ కొద్దిమంది వ్యక్తులకు పిచ్చిపట్టవచ్చు. మరి కొద్దిమంది, సమస్యను పరిష్కరించడానికీ, పరిస్థితి చక్కబరచడానికీ చిత్తశుద్ధితో ప్రయత్నిస్తున్న వ్యక్తితో వుండవచ్చు.

కొనుగోలుదారు శాంతించిన తర్వాత

కొనుగోలుదార్లు లేక ఖాతాదారు శాంతించి తమ ఆలోచనలను నెమరువేసుకుంటున్నప్పుడు, ఏమి జరుగుతుంది? ఈ సమయంలో, మీరు వారితో మీ వ్యాపారాన్ని పెంపొందించుకోవడానికి మీరు అవకాశం వుంటుంది. వాగ్వివాదం, సందేహనివృత్తి వంటివి జరిగిన తర్వాత తప్పు పూర్తిగా ఖాతాదార్లదేనని తేలినట్లయితే వారు సామాన్యంగా తమ తప్పిదాన్ని తెలుసుకొని కలవరపాటు జెందుతారు.

ఈ సమయంలో మీరు వారిని స్నేహపూర్వకంగా ఆత్మీయంగా అనునయంగా పలకరించి, మీరు వారి విశాల దృష్టినీ, ఆలోచనలను పంచుకోవడం పట్ల వారు చూపుతున్న సుముఖతనీ ఎంతగా హర్షిస్తున్నదీ పునరుద్ఘాటించండి. వారితో వ్యాపారానికి మీరు ఎంతగా విలువ ఇస్తున్నదీ వివరించండి.

ఈ కార్యాచరణ విధానం వల్ల ఖాతాదార్లను సంఘటిత పరచుకోవడం సాధ్యపడుతుంది. లేకపోయినట్లయితే వారు తప్పిదం చేసిన వారైనందువల్ల తమ ప్రవర్తన పట్ల న్యూనతతో వారు మీతో వ్యాపారాన్ని కొనసాగించకపోవచ్చు. పూర్వపు 'అదనపు మైలు' సూత్రాన్ని మళ్ళీ జీవితంలోనూ, విక్రయంలోనూ వర్తింపజేయాలి. అనేక సంవత్సరాలుగా విక్రయ శిక్షకులు చెబుతున్నట్లుగా

మీరు 'మరియు అప్పుడు కొన్ని' సూత్రాన్ని పునరుద్ఘాటించాలి. మీరు ప్రతిపనినీ మీనుంచి ఆశిస్తున్నట్లుగా, వృత్తిపనిలో నైపుణ్యం కలిగిన విక్రేతగా 'మరియు అప్పుడు కొన్ని' సూత్రానుసారం నిర్వర్తించినప్పుడు విక్రేతగా మీ వృత్తిలో అసాధారణ ఎదుగుదలను సాధిస్తారు.

దుర్భాషలాడటం

ఎవరైనా మిమ్ములను తిట్టినప్పుడు, ఆగ్రహించి అరిచినప్పుడు ఉయోగించుకోవడం కోసం, అమ్మకానికి సంబంధించిన మరో ఉపోద్ఘాతం పాఠాన్ని ఇస్తున్నాను. దీనిని ఆ ప్రత్యేక సందర్భాలలలో వాడుకోవడం కోసం, కంఠస్థం చేయవచ్చు. లేదా సూచీ కార్డుమీద రాసి పెట్టుకోవచ్చు.

"అయ్యా..... గారూ, మీరు నాతో అలా మాట్లాడుతుంటే, నేను మీకు ఇక ఏమీ సహాయపడలేననిపిస్తున్నది. మీరు నాతో కలిసి పనిచేసి సమస్య మీద దృష్టి పెట్టినట్లయితే, మనం ఏదైనా ఒక పరిష్కారమార్గాన్ని తెలుసుకోగలమనే విశ్వాసం నాకు వుంది. అయితే మీరు దూషించడం, దూర్భాషలాడటం కొనసాగించినట్లయితే, ఈ సంభాషణను నిలిపివేయాలని నా పవిత్రాత్మ ప్రబోధిస్తున్నది.

దూషణ, దుర్భాషణలు కొనసాగినట్లయితే మీరు వాగ్దానం చేసినట్లుగా చేయండి. మీరు ఎవరితోనైనా ఫోనులో మాట్లాడుతున్నట్లయితే, శాంతించడానికి సమయం ఇచ్చిన తర్వాత తిరిగి పిలవండి. అతడు తన ప్రవర్తన కారణంగా మొహమాట పడతాడు కాబట్టి పని సులభంగా జరిగే అవకాశాలు బాగా ఉంటాయి. నిజానికి, మీ ఉద్దేశ్యం సరైనదైనట్లయితే, మీకు కోపం కానీ, ప్రతీకార భావంకానీ, లేకపోయినట్లయితే, విక్రయం చేయగల లేక తత్సంబంధాన్ని సుదృఢం చేయగల చక్కని పరిస్థితిలో మీరు ఉంటారు. ఎందుచేతనంటే కొనుగోలుదారుకు లేక ఖాతాదారుకు మీకు ఏదో ఒకటి చేయాలన్న ఆలోచన వస్తుంది. కాబట్టి

ఇప్పుడు అతడు మీ కోసం ఏదో ఒకటి చేస్తాడు. ఆ ఏదో ఒకటి క్షమాపణ చెప్పడం కావచ్చు లేదా మీరు చెప్పేది వినడానికి ఇష్టపడటం కావచ్చు. మీ దగ్గర కొనుగోలు చేయానికి లేక దానిని కొనసాగించడానికీ సమ్మతించడమైనా కావచ్చు.

కీలక సూత్రాలు

కోపిష్టులైన వ్యక్తులతో వ్యవమారించవలసి వచ్చినపుపడు, మీ కార్యసాధన దక్షత కోసం, దిగువ పేర్కొన్న జాగ్రత్తలు వహించండి. మీకు అ యిష్టంగా ఎవ్వరూ ఏమీ చేయలేరు.

- మీరు చెప్పేది సావధానంగా వినండి. కోపం తగ్గనివ్వండి.
- ఓపిక వహించండి.
- వ్యూహాత్మకంగా వ్యవహరించండి.
- దృఢంగా వుండండి.
- వారి ప్రాముఖ్యాన్ని గుర్తించి అంగీకరించండి.
- మీ స్పందనను మెల్లగా, ప్రశాంతంగా, జాగ్రత్తగా తెలియజేయండి.
- మిమ్ము నియంత్రించడానికి వారిని ఎంతమాత్రం అనుమతించకండి.

'సేవ' జీవిత సత్యం

మీరు అమ్మక ప్రపంచంలో కొనసాగినంత వరకూ, ఏకీభవించకపోవడాలనూ, ఫిర్యాదులనూ ఎదుర్కోవలసి ఉంటుందన్న విషయం జీవిత సత్యం. అసంతృప్త కొనుగోలుదార్లనూ, ఆనందంగాలేని ఖాతాదార్లనూ మీ ఎదుగుదలకు సాధనాలు చేసుకొనే సదవకాశాన్ని వినియోగించుకోండి. మీ ఈ వృత్తి విధుల నిర్వహణలో మరింతగా విజేతలుగా ఆవిర్భవించండి.

13

మీ సమయంపై, మీ జీవితంపై నియంత్రణను సాధించడం

మీకు అవసరమైన పనులను చేయవలసిన ఆవశ్యకత ఏర్పడినప్పుడు వాటిని సక్రమంగా నిర్వహించే దక్షతనూ, క్రమ శిక్షణను మీరు అలవర్చుకోండి. అవి మీకు అలవడిననాడు మీరు కోరుకున్న పనులను కోరుకున్నప్పుడు నెరవేర్చుకోగలిగే సామర్థ్యాన్ని సంతరించుకుంటారు.

మీ జీవిత సమయం

అమ్మకాలు జరిపే వ్యక్తుల సమయంలో అత్యధికంగా 80శాతం మేరకు నేరుగా వ్యాపారాన్ని కల్పించని కార్యకలాపాలతోనే గడుస్తుందని సాధికారికమైన అంచనాలను బట్టి వెల్లడవుతున్నది. ఒక రోజు పనివేళలలో అమ్మకాల ప్రక్రియకోసం వెచ్చిస్తున్న సమయం వాస్తవంగా రెండుగంటల కన్నా తక్కువే వుంటుందని చాలామంది లెక్కకట్టారు. తక్కిన సమయాన్ని ఒక కొనుగోలుదారు దగ్గరినుంచి మరొక కొనుగోలుదారు వద్దకు వెళ్ళడానికీ, కార్యాలయాలలో నిరీక్షించడానికీ, పార్కింగ్ స్థలాలు చూచుకోవడానికీ, విధుల నిర్వహణకు

సంబంధించిన పాలనాపర అంశాలు చూచుకోవడానికీ, సేవా సంబంధ పిలుపులు స్వీకరించడానికీ, ఇంకా అనేక ఇతర పనులకూ వెచ్చించడం జరుగుతున్నది.

విక్రేతలు తప్పనిసరిగా వేసుకోవలసిన ప్రశ్న ఇది: నేను, నాకు అప్పగించిన ఈ పనిని అమ్మకాలు జరపని సమయంలో మరింత ఎక్కువ సమర్థతతో లేదా సమాన సామర్థ్యంతో నిర్వహించగలనా? నేను ముఖ్యంగా ఉత్తర ప్రత్యుత్తరాలు జరపడం, నివేదికలు నింపడం, పాలనా సంబంధ పనులు చూడటం, అప్పు నివేదికలు తీసుకోవడం, వ్యక్తిగత విషయాల పట్ల శ్రద్ధ వహించడం (దంతవైద్యుని సంప్రదించడం, దుస్తులు కొనడం, మిత్రలును సందర్శించడం, బిల్లులు చెల్లించడం వగైరా) గురించి ఆలోచిస్తాను. అమ్మకాల వృత్తి పనిలో నైపుణ్యం కలిగిన విక్రేతలు, సగటు కార్యనిర్వాహకుల కన్న ఎక్కువ సమయం తీసుకోకుండానే, సగటు ఉత్పత్తిదార్ల కన్న రెట్టింపు సమయాన్ని కొనుగోలుదార్లతో మాట్లాడటంతో గడపగలుగుతారు. వారు ఆ అమ్మకాలను తమ అసాధారణ ప్రతిభ కారణంగా జరపడం లేదు. వారు తమ దైనందిన విధుల నిర్వహణలో ప్రాధాన్యతా క్రమాన్ని నిర్ణయించుకొని పాటించడం వల్లనే చేయగలుగుతున్నారు.

విక్రయ విజయానికి మార్గం

సాధారణంగా చెప్పాలంటే, అధికంగా అమ్మకాలు జరిపే విక్రేత సగటు విక్రేత కన్న ఎక్కువగా కష్టపడి పనిచేస్తాడు. వాస్తవం ఏమిటంటే, మీ పోటీదారుని అధిగమించి మీరు పనిచేయగలిగినట్లయితే, విక్రేతగా మీరు ఎగువశ్రేణిలో నిలువగలుగుతారు. నేను ఎనభై, తొంభై గంటల వారాల్ని పనిచేయడం గురించి మాట్లాడటం లేదు. దైనందిన కార్యకలాపాలకు తోడుగా రోజుకు ఒక గంట చొప్పున అదనంగా పని చేసినట్లయితే మీకు ఆశ్చర్యం కలిగించే సత్ఫలితాలు చేకూరుతాయి. ఇది 'ప్రతిభ', 'ప్రభావవంతా'ల సమతౌల్యం. ప్రతిభ అంటే

పనులను సక్రమంగా చేయడం. 'ప్రభావవంతం' అంటే సరి అయిన పనులు చేయడం.

చాలా ప్రభావోపేతంగా కార్యనిర్వహణ చేసే ప్రతిభాశాలి అయిన నాకు తెలిసిన ప్రముఖవ్యక్తి డావెలినిజెర్. ఆయన 'రె/ మ్యాక్స్ రియల్టర్స్' సంస్థ వ్యవస్థాపకుడు. ఆయన తన చుట్టూరా వుండే వ్యక్తులను గొప్పగా, ప్రభావవంతంగా సన్మోహితం చేసే వాతావరణాన్ని నెలకొల్పాడు. నూరుమంది అగ్రశ్రేణి రె/మ్యాక్స్ ఉత్పత్తిదార్లలో 47 శాతం మందికి వ్యక్తిగత సహాయకులు వున్నట్లూ, వారు 'అమ్మకాల'కు సంబంధించని కొన్ని వ్యవహార బాధ్యతలను నిర్వహిస్తున్నట్లూ కనుగొన్నాడు.

ఈ 'సహాయకుల'ను ప్రాంగణాలలో అమ్మకానికి, 'అమ్ముడుపోయినది' అని రాసిన ఫలకాలను అమర్చడం, తీసి వేయడం, ఫోన్లు చేయడం, ఇ -మెయిళ్ళు పంపడం, తపాలా కార్యాలయంలో ఉత్తరాలు అందజేయడం, సమయం పట్టే ఇతర చాలా పనులు చేయడం కోసం ఉపయోగించుకుంటున్నారు.

అమ్మకానికి సంబంధించని పనులను సహాయకులకు అప్పగించడం వల్ల అమ్మకం వృత్తి విధులు నిర్వహించే విక్రతలకు వెసలుబాటు లభించి కొనుగోలుదార్లతో ఎక్కువ సమయం గడపడానికీ, మాట్లాడడానికీ వీలు కలుగుతుంది. ఈ పరిస్థితి కారణంగా తరచుగా, ఇతోధికంగా అమ్మకాలు జరిగే అవకాశం ఏర్పడుతుంది. అమ్మకాలు పెరగడమంటే రె/మ్యాక్స్ అసోసియేట్ వారికి ఆదాయం పెంపొందడం, ఆర్థికాభివృద్ధి జరగడమని అర్థం. ఆసక్తికరమైన అంశమేమిటంటే, ఈ అగ్రేసర ఉత్పత్తిదార్లు ఇతర అమ్మకాల సంస్థలకన్న ప్రతి వారం ఎక్కువ గంటలు పనిచేసినప్పటికీ వారు శలవులు తీసుకొనే అవకాశం కూడా అధికంగానే ఉంది. వారు తరచు ఒక సంవత్సరకాలంలో గరిష్టగా నాలుగు వారాల వరకు కూడా శలవులు ఉపయోగించుకుంటారు.

ముగింపు సుస్పష్టంగా ఉంది : మీరు మీ సమయాన్ని ఎంత మంచిగా వినియోగించుకుంటే అంత ఎక్కువ ఆదాయాన్ని మీరు పొందగలుగుతారు. మీరు ఎంత ఎక్కువ రాబడిని పొందితే అంత అధిక విరామ సమయం మీకు చిక్కుతుంది. మీరు మీ కుటుంబ సభ్యులతో ఎక్కువ సమయం గడపడానికీ, వారిని మంచి విహార యాత్రలకు తీసుకెళ్ళడానికీ మీకు వీలుంటుంది. క్లుప్తంగా చెప్పాలంటే, అధిక ఆదాయం పొందే విక్రేతలు తప్పనిసరిగా కఠినతరంగా కాకుండా చురుకుగా, చాతుర్యంగా పనిచేస్తారు. వారు ఇతర వ్యక్తుల సేవలను ఇతోధిక సామర్థ్యంతో, ప్రభావోపేతంగా వినియోగించుకొని ప్రతి ఒక్కరూ విజేతలుగా నిలవడానికి ప్రయత్నిస్తారు.

ఆత్మ పరిశీలన

నేను సంభాషించిన చాలా మంది విక్రేతలు తమ ఉత్పాదకత పట్ల అసంతృప్తిని వెల్లడించారు. తాము, చేస్తున్న చాలా పనులు, తాము అనుసరిస్తున్న చాలా విధానాలు అలవాటు పడినవేననీ, అందుచేత అవి ఎప్పటికీ ప్రభావోపేతమైనవే కాక పోవచ్చునీ, బహుశః అనవసరమైనవి కూడా కావచ్చునీ, అంతేకాక హానికరమైనవి సైతం కావచ్చునీ వారికి తెలుసు. ఈ కారణం చేత 'స్వయం పరిశీలన' విమర్శ, విశ్లేషణ చాలా ప్రదానమైనవి, ముఖ్యమైనవి.

'స్వయం పరిశీలన' దివ్యమైన, ఘనమైన విధానం. ఇది మీ కార్యకలాపాలను పత్రబద్ధం చేస్తుంది. మీకు మీరే ముదాము కొన్ని ప్రశ్నలు వేసుకోవడానికి వీలు కలుగజేస్తుంది: “ఈ పనిని నేను చెయవలసిన అవసరం వుందా? లేక దీనిని నేను మరొక విధంగా చేయవలసిన ఆవశ్యకత ఉందా? నేను నా సామర్థ్యాన్ని పెంపొందించుకోవడం ద్వారా మొత్తం మీద నా ఉత్పాదకతను అధికం చేయగలనా? నేను నిజంగా ఇంత కఠినంగా పని చేయవలసిన అవసరం ఉందా?”

నేను ఇప్పటివరకు నిర్వహించిన అత్యంత అర్థవంతమైన కార్యకలాపాలలో, సమయ విశ్లేషణ పట్టికను పాటించడం ఒకటి. నేను నా సమయానుసారం సాగిపోవాలనే విషయాన్ని మొదటిసారిగా విన్నప్పుడు నాకు జైలుశిక్ష విధించినట్లు అనిపించిందని అంగీకరిస్తున్నాను. ప్రతిరోజులోని ప్రతి నిమిషానికి లెక్కచెప్పమని ఎవరైనా మనను అడిగినట్లయితే మనను నమ్మడంలేదని మనలో చాలా మంది భావిస్తారు. కాబట్టి, ఎవరైనా అడగని ముందే మనం దానిని ఎందుకు ప్రారంభించకూడదు?

కాలక్రమేణా, విజయపథంలో సాగిపోగల ఏ కంపెనీ అయినా మీ విక్రయ కార్యకలాపాకు సంబంధించిన ఖచ్చితమైన సమాచారాన్ని, పత్రాలను సిద్ధం చేసిపెట్టుకోవలసిందిగా మిమ్ములను కోరుతుంది. రెండువారాల కాలంలో మీ కార్యకలాపాలకు సంబంధించిన అంశాలను తెలియజేసే పత్రాన్ని సిద్ధం చేసుకోవలసిందిగా నేను మీకు విజ్ఞప్తి చేస్తున్నాను. ఈ ప్రక్రియ మీ జీవితాన్ని నాటకీయంగా ప్రభావితం చేస్తుంది. వాస్తవంగా డబ్బు సంపాదనకు సంబంధించిన కార్యకలాపాలకు ఒక రోజులో రెండుగంటల పైచిలుకు సమయాన్ని మాత్రమే వెచ్చిస్తున్నట్లు మీకు తెలుస్తుంది (నేను చేసినట్లుగా). చాలా సమయం డబ్బు సంపాదన కార్యకలాపాలలో పాల్గొనడానికి “సిద్ధం కావడం”లోనే గడిచిపోతుంది.

ప్రతిభావంతులైన ఉన్నతశ్రేణి విద్యార్థులు జాగ్రత్తగా ఒకచోట కూర్చొని వెన్వెంటనే శ్రద్ధగా చదువు కోవడం ప్రారంభిస్తారు. మధ్యరకం విద్యార్థులు, తెలివితేటలు లేని విద్యార్థులు చదువుకోవడానికి సన్నాహాలు చేసుకోవడంలోనే చాలా సమయాన్ని వ్యర్థం చేస్తారు. అగ్రశ్రేణి విక్రేతలు అమ్మకాలు జరపని వేళలో కార్యాచరణ ప్రణాళికను రూపొందించు కుంటారు, సన్నాహక చర్యలు తీసుకుంటారు. అమ్మకాల సమయం ఆసన్నమైనప్పుడు వారు ఫోను, బ్రీఫ్‌కేసు లేక విక్రయించే వస్తువుల నమూనాలను తీసుకొని అమ్మకాలను ఆరంభిస్తారు.

కార్యక్షేత్రంలో తాము ఊహించిన. అనూహ్యమైన, సాధకబాధకలనూ, సమస్యలనూ ఎదుర్కోవడానికీ, అధిగమించడానికీ సంసిద్ధులై ఉంటారు.

సమయపాలన కార్యాచరణకు పరిమితం కాక స్వేచ్ఛాయుతంగా చేసే అంశం. మీరు చేర్చదలచిన లేదా తొలగించాలనుకుంటున్న కార్యకలాపాలను లక్ష్యం చేసుకోవడానికి ఇది మీకు తోడ్పడుతుంది. మీకు తెలియని హీన కార్యనిర్వహణ అలవాట్లను గురించి కూడా తెలియజేస్తుంది.

క్రమశిక్షణ

జవాబుదారీ తనం కోం ప్రతి ఒక్కరికీ ఒక పద్ధతి, విధానం పరిజ్ఞానం తెలిసి వుండటం అవసరం. నిజమైన వృత్తిపనివారు (ఏదైనా లేక అన్ని కార్యకలాపాలలో) మనశ్శాంతితో వుంటారు. ఏ సమయంలోనైనా తమ శక్త్యానుసారం తాము చేయగలిగినంత చేశామన్న విషయం తెలియడం వల్ల వారికి ఈ ప్రశాంతత లభిస్తుంది. తాము తమ వ్యక్తిగత విలువలకు బద్ధులమై వున్నామనే విషయాన్ని తెలుసుకోవడంతో వారిలో ఆత్మవిశ్వాసం పెంపొందుతుంది. కార్యనిర్వహణకూ, లక్ష్యసాధనకూ స్వయంగా బాధ్యత వహిస్తూ విజయం కోసం పనిచేస్తున్న విక్రేతలకు వర్తించే విధానంలో మాత్రమే ఇది జరుగుతుంది.

సరి అయిన విధానం : జవాబుదారీ తనం కోసం మీకుకొంత విధి విధానం అవసరం. జిగ్లర్ ట్రైనింగ్ సిస్టమ్ వారు విక్రేతలకు కార్యక్షేత్రంలో అమ్మక నిబంధన విధులు – బాధ్యతల సక్రమ నిర్వహణలో సత్ఫలితాల సాధనలో ఉపయోగపడే 'పెర్ఫార్మెన్స్ ప్లానర్'ని రూపొందించారు. స్వల్పకాలిక, దీర్ఘకాలిక లక్ష్యాలను మీ జీవితాలను సమతౌల్యంగా వుంచగలిగే స్వల్పకాలిక, దీర్ఘకాలిక లక్ష్యాలను ఏర్పర్చుకునే విషయంలో కూడా ఇది తోడ్పడుతుంది. డేటైమర్,

ఇంక్, ఫ్రాంక్లిన్, కొవే వంటి ఇతర కంపెనీలవారు క్యాలెండర్లు, ఎలక్ట్రానిక్ సాధనాల సామగ్రిని సమకూర్చుతున్నారు. ఇవి మీ సమయాన్ని చక్కగా సద్వినియోగపరచుకోవడానికి ఉపయోగపడతాయి. విక్రేతగా మీ వ్యక్తిగత కార్యనిర్వహణ దక్షత, ప్రతిభా సామర్థ్యాల అభివృద్ధికి సంబంధించిన ప్రక్రియలో ఒక పెన్సిలు, ఒక కాగితం ముక్కలు శుభారంభం చేయవచ్చు. మీరు ఏ విధానాన్ని వినియోగించుకుంటున్నారన్నది ముఖ్యం కాదు. మీకు ఒక విధానమంటూ ఉండడమే ముఖ్యం. దీనినే చాలా ప్రధానవిషయంగా పరిగణించాలి. అమ్మకాల వృత్తిలో వున్న విక్రేతలు ఇంకాఎక్కువగా వ్యవస్థీకృతం కావడానికీ, మరింతగా క్రమశిక్షణను అలవర్చుకోవడానికీ అవసరమైన చర్యలు తీసుకుంటున్నట్లయితే, వారు తమ సమయాన్నీ, ప్రయత్నాన్నీ గరిష్ఠ పరిమాణంలో వినియోగించుకోవడానికి చర్యలు గైకొంటున్నట్లుగానే పరిగణించాలి. ఇది వారికి జీవితంలో అన్నింటా స్వేచ్ఛను ప్రసాదిస్తుంది.

విక్రయకళ - నిజంగా సమ్మతింప జేయడం

మిమ్ములను వృత్తిపరనైపుణ్యం, ప్రావీణ్యం, సామర్థ్యం కలిగిన విక్రేతగా రూపొందించే, తీర్చిదిద్దే లక్ష్యంతో నేను ఈ "విక్రయకళ" పుస్తకాన్ని రచించాను. ఇది మీకు ఇదివరకే తెలిసిన విషయాలనే తెలిపిందనీ, వినూత్న సమాచారాన్నీ అందించిందనీ, రెండింటినీ, మేళవించడానికై మీకు ప్రేరణనిచ్చిందనీ, కాబట్టి మీరు మీ విక్రయ వృత్తిని సుసంపన్నం చేసుకొనేందుకు మీరు సరికొత్త ఆలోచనలూ, మరిన్ని సృజనాత్మక ఆలోచనలు కూడా చేయగలరనీ నేను విశ్వసిస్తున్నాను. ఈ పుస్తకం మీకు ప్రయోజనకరంగా, సహాయకారిగా వున్నట్లయితే, "జిగ్లర్ ఆన్ సెల్లింగ్" అనే పుస్తకాన్ని కూడా చదవండి. అప్పుడు మీకు ఆ ఆలోచనలపరంగా లోతైన విషయాలు తెలుస్తాయి. గహనమైన అవగాహన ఏర్పడుతుంది. అలాగే "సీక్రెట్స్ ఆఫ్ క్లోజింగ్ ద సేల్" పుస్తకాన్ని చదివి ఆ వంద నిర్దుష్ట విక్రయాల విశేషాలనూ తెలుసుకోండి.

మీరు సముపార్జించుకున్న సామర్థ్యాన్ని, ఈ ప్రాథమిక సూత్రాల ఆచరణ ద్వారా వినియోగించుకోవడానికి ఉద్యుక్తులైనట్లయితే మీరు శిఖరాగ్రానికి చేరుకోవడాన్ని నేను నిజంగా చూడగలుగుతాను.

గ్రంథకర్తను గురించి

జిగ్ జిగ్లర్ ప్రతిభా సంపన్నుడైన రచయిత, గ్రంథకర్త, వక్త. ఆయన పట్ల వెల్లివిరిసే గౌరవాభిమానాలు వయస్సు, సంస్కృతి, వృత్తి వంటి హద్దులకు అతీతమైనవి. ఆయన 1970 వ సంవత్సరం నుంచి ప్రపంచ వ్యాపితంగా పర్యటించి గంభీర ప్రసంగాలు చేస్తూ జీవిత వికాసానికి ప్రోదిచేసే సందేశాలు ఇస్తున్నారు. ఉత్తమ పరిణామానికి దోహదపడే శక్తి సామర్థ్యాలను చేకూర్చుతున్నారు. సంపూర్ణ జీవితానికీ, సమతౌల్య జీవనానికీ మార్గనిర్దేశకుడుగా, నిష్ణాతుడుగా సుప్రసిద్ధుడు జిగ్లర్. మాదకద్రవ్యాల వ్యతిరేక పోరాటంలో యువతతో కలిసి పాల్గొని నిర్మాణాత్మక పాత్ర వహించినందుకూ, అమెరికాకు అంకితభావంతో సేవలిందిస్తున్నందుకూ అమెరికా కాంగ్రెసు రికార్డులో జిగ్లర్ పేరును మూడు పర్యాయాలు నమోదు చేసి మంచి గుర్తింపును చేకూర్చారు.

టెక్సాస్, డల్లాస్‌లోని జిగ్లర్ ట్రైనింగ్ సిస్టమ్స్ వ్యవస్థాపకుడు జిగ్లర్. ఆయన వ్యక్తిత్వ వికాసం, నాయకత్వం, అమ్మకాలు, నమ్మకం, కుటుంబం, విజయం తదితర అంశాలపై ఇరవై రెండు పేరెన్నికగన్న గ్రంథాలు రచించారు. “సీ యూ అట్ ద టాప్”, “కోర్ట్‌షిప్ ఆఫ్టర్ మ్యారేజ్”, “సీక్రెట్స్ ఆఫ్ క్లోజింగ్ ద సేల్”, “సక్సెస్ ఫర్ డమ్మీస్” “కన్ఫెషన్ ఆఫ్ ఎ గ్రీవింగ్ క్రిస్టియన్”లు ఆయన రాసిన పుస్తకాలలో కొన్ని. అత్యధికంగా అమ్ముడవుతున్న పుస్తకాల జాబితాలో జిగ్లర్ రచించిన తొమ్మిది గ్రంథాలు ఉన్నాయి. ఆయన పుస్తకాలు, టేపులు 38కి పైగా భాషలలోకి అనువాదితమయ్యాయి.

JAICO PUBLISHING HOUSE

Elevate Your Life. Transform Your World.

జై-కో ప్రచురణ సంస్థ ఇప్పటి వరకూ 2000 పుస్తకాలు ప్రచురించింది. ఇందులో పెద్దవారు, పిల్లల సాహిత్య పుస్తకాలు, చరిత్ర, హాస్యం, ఆటలు, మతం, తత్వశాస్త్రం, ఆరోగ్యం, మనో వైజ్ఞానిక, వ్యక్తిత్వ, నిర్మాణానికి సంబంధించిన పుస్తకాలు ఉన్నాయి. ఈ సంస్థ ప్రముఖ రచయితలైన శ్రీశ్రీపరమహంస యోగానంద (ఒక యోగి ఆత్మకథ), కుస్వంత్ సింగ్, ముల్క్‌రాజ్ ఆనంద్, కమలా మార్కండేయ, ఏకాంత్ ఈశ్వరన్, నిరాద్ చౌదరి, ఎం.వి. కామత్, సర్వేపల్లి రాధాకృష్ణన్, ఓషో, శ్రీశ్రీరవిశంకర్, రాబిన్‌శర్మ వంటి వారి రచనలను ప్రచురించింది.

గత రెండు దశాబ్ధాలుగా జై-కో సంస్థ విద్య, బిజినెస్ మేనేజ్‌మెంట్, ఇంజనీరింగ్, టెక్నాలజీ వంటి వత్తి విద్యా పుస్తకాలను ప్రచురించడంలో నెం.1 స్థానంలో ఉంది. కళాశాల విద్యార్థుల కోసం జై-కో ప్రచురించే పుస్తకాలను దేశవ్యాప్తంగా విద్యార్థులు ఆదరిస్తున్నారు. సంస్థకు చెందిన ఎడ్యుకేషన్ అండ్ కార్పొరేట్ సేల్స్ డివిజన్ నిర్వహణ సామర్థ్యం ఇందుకు నిదర్శనం.

జై-కో సంస్థను 1946లో దివంగత జమన్ సింగ్‌పుస్తకపంపిణీ వ్యాపారంగా ప్రారంభించారు. త్వరలోనే దేశానికి స్వాతంత్ర్యం వస్తుందని ముందుగానే ఊహించిన ఆయన తన సంస్థకు జై-కో అని నామకరణం చేశారు (హిందీలో జై అంటే విజయం). అభివృద్ధి చెందుతున్న దేశంలో పుస్తకాల అవసరం గుర్తించిన జమన్‌సింగ్ త్వరలోనే స్వయంగా ప్రచురణ సంస్థను కూడా ప్రారంభించారు. ఇంగ్లీషు భాషకు సంబంధించి భారతేదశంలో పేపర్‌బ్యాక్ పుస్తకాలను ప్రచురించిన తొలి సంస్థ 'జై-కో'.

స్వంతంగా పుస్తకాలు ప్రచురించడం, పంపిణీ చేయడంతోపాటు 'జై-కో' అంతర్జాతీయంగా పేరుపొందిన మెక్‌గ్రోహిల్, పెర్సన్, థామ్సన్, ఎల్సివర్ సైన్స్ వంటి సంస్థల ప్రచురణలను దేశంలో పంపిణీ చేస్తుంది. ముంబైలో ప్రధాన కార్యలయం ఉండగా, ఢిల్లీ, కోల్‌కత్తా, బెంగుళూరు, చెన్నై, హైదరాబాద్, అహ్మదాబాద్, భోపాల్‌వంటి ప్రాంతాలలో బ్రాంచిలు ఉన్నాయి. సంస్థ అమ్మకాల విభాగంలోని 40కిపైగా ఎగ్జిక్యూటివ్‌లు, డైరెక్ట్ మెయిల్ డివిజన్, వెబ్‌సైట్ మూలంగా దేశంలోని పట్టణం, గ్రామీణ ప్రాంతాలలో సైతం జై-కో పుస్తకాలు అందుబాటులో ఉండేలా చర్యలు తీసుకుంటున్నారు.

SINCE 1946